റിവഞ്ച്

മലയാളം ക്രൈം ത്രില്ലർ സസ്പെൻസ് നോവൽ

സജീവ് കോയിക്കൽ

ഗുരുനാഥർക്ക് സമർപ്പിക്കുന്നു

ഉള്ളടക്കം

ആമുഖം

നമ്മൾ ചെയ്യുന്ന പല കാര്യങ്ങളും നമ്മുടെ ജീവിതത്തെ പിന്നീട് പല രീതിയിലും ബാധിക്കും. നല്ല കാര്യങ്ങൾ ചെയ്യുന്നവരുമുണ്ട് മോശം കാര്യങ്ങൾ ചെയ്യുന്നവരുമുണ്ട്. പ്രവൃത്തികൾക്ക് ജീവിതത്തിലുള്ള പ്രാധാന്യം ഈ നോവലിലൂടെ വായനക്കാരന് മനസ്സിലാക്കാൻ സാധിക്കും.

മുഖവുര

പെൺകുട്ടികൾ ജീവിതത്തിൽ ശ്രദ്ധിക്കേണ്ട പല കാര്യങ്ങളും ഉണ്ട്. അതിന്റെ പ്രാധാന്യത്തെ കുറിച്ച് മനസ്സിലാക്കി തരുന്ന രണ്ടു കഥകളാണ് ഈ പുസ്തകത്തിലുള്ളത്.

1

മഴയുള്ള ഒരു രാത്രി. നഗരത്തിലെ പോലീസ് സ്റ്റേഷണിലേയ്ക്ക് നനഞ്ഞു കുളിച്ച് രണ്ടു പെൺകുട്ടികൾ ഓടിയെത്തി. ചെറു മയക്കത്തിലായിരുന്ന കോൺസ്റ്റബിൾ രാജേന്ദ്രൻ ശബ്ദം കേട്ട് തല ഉയർത്തി നോക്കി. മോഡേണായി വസ്ത്രം ധരിച്ച സുന്ദരിമാരായ രണ്ടു പെൺകുട്ടികളെ അസമയത്ത് അവിടെ കണ്ട രാജേന്ദ്രൻ അമ്പരന്നു.

"സാർ ഞങ്ങളുടെ കൂട്ടുകാരി റേച്ചലിനെ കാണാനില്ല" പെൺകുട്ടികളിൽ ഒരാളായ ഇനിയ കിതപ്പോടെ രാജേന്ദ്രനോട് പറഞ്ഞു.

"കാണാനില്ലേ, മൊബൈലിൽ വിളിച്ച് നോക്കിയോ" രാജേന്ദ്രൻ നിവർന്നിരുന്നു കൊണ്ട് ചോദിച്ചു.
"വിളിച്ച് നോക്കി പക്ഷേ കിട്ടുന്നില്ല" രണ്ടാമത്തെ പെൺകുട്ടിയായ ആമി ഭയത്തോടെ പറഞ്ഞു.

"എത്ര സമയമായി കൂട്ടുകാരിയെ കാണാതായിട്ട്" മറ്റൊരു കോൺസ്റ്റബിളായ അമ്പിളി അവരുടെ അടുത്തേയ്ക്ക് ചെന്നു.

"രണ്ടു ദിവസമായി" ആമി അമ്പിളിയെ നോക്കി പറഞ്ഞു.

"രണ്ട് ദിവസമായിട്ട് ഇപ്പോഴാണോ പരാതിപ്പെടുന്നത്. നിങ്ങളിവിടെ ഇരിക്ക് എസ്ഐ സാർ ഇപ്പോൾ വരും. കാര്യങ്ങളൊക്കെ സാറിനോട് പറഞ്ഞാൽ മതി.

പെൺകുട്ടികൾ അവിടെയുള്ള ബഞ്ചിൽ ഇരുന്നു. അവരുടെ വസ്ത്രങ്ങളിൽ നിന്നും മഴവെള്ളം നിലത്തേക്ക് ഇറ്റ് വീഴുന്നുണ്ടായിരുന്നു. കോൺസ്റ്റബിൾസ് ഇരുവരെയും അടിമുടി നോക്കി. പെൺകുട്ടികൾ തലകുനിച്ച് ഇരുന്നു. അൽപ സമയം കഴിഞ്ഞപ്പോൾ ഇടത് വശത്തെ റൂമിന്റെ ഭാഗത്ത് നിന്നും എസ് ഐ സതീശൻ അങ്ങോട്ട് വന്നു. സതീശനെ കണ്ട ഉടനെ പെൺകുട്ടികൾ എഴുന്നേറ്റു.

സതീശൻ കസേരയിൽ വന്നിരുന്നു. പെൺകുട്ടികളോട് മുന്നിലത്തെ കസേരയിൽ ഇരിക്കാൻ പറഞ്ഞ ശേഷം കാര്യം തിരക്കി. കൂട്ടുകാരിയെ കാണാനില്ലെന്ന വിവരം അവർ സതീശനോട് പറഞ്ഞു.

സുഹൃത്തിനോടൊപ്പം റേച്ചൽ എങ്ങോട്ടെങ്കിലും പോയി കാണും എന്ന് കരുതിയാണ് പോലീസിൽ അറിയിക്കാതിരുന്നതെന്ന കാര്യം ഇനിയ സതീശനോട് പറഞ്ഞു. അന്ന് നടന്ന ഒരു സംഭവത്തെ കുറിച്ചും അവൾ വിവരിച്ചു. റേച്ചലുമായുള്ള അവരുടെ ബന്ധത്തെ കുറിച്ച് സതീരം തിരക്കി. അവരുടെ സൗഹൃദത്തെ കുറിച്ച് പെൺകുട്ടികൾ സതീശനോട് വിശദീകരിച്ചു.

റേച്ചലും ആമിയും ഇനിയയും മേരി എന്ന മധ്യവയസ്ക്കയായ സ്ത്രീയുടെ വീട്ടിൽ പേയിങ് ഗെസ്റ്റ് ആയിട്ട് താമസിക്കുകയാണ്. 3 പേരും ഒരു ഐ ടി കമ്പനിയിൽ ജോലി ചെയ്യുകയാണ്. ജീവിതം ഒരു ആഘോഷമാക്കി മാറ്റാൻ ആഗ്രഹിക്കുന്നവരാണ് മൂന്നു

പേരും. മദ്യപാനവും പുകവലിയും ഡേറ്റിങ്ങുമൊക്കെ അവരുടെ ജീവിതത്തിന്റെ ഭാഗമാണ്. കൂട്ടത്തിൽ റേച്ചൽ ഒരു സ്വവർഗപ്രണയിനിയാണ്. അവൾക്ക് ആണുങ്ങളോട് വലിയ താൽപ്പര്യമില്ല. ആമിക്ക് ഓരോ ആഴ്ച്ചയും ഓരോ ബോയ്ഫ്രണ്ട് ആണ്. ഇനിയയ്ക്ക് പ്രണയത്തോട് വലിയ താൽപ്പര്യമില്ല.

ഒരു ദിവസം സന്ധ്യാസമയം ജോലികഴിഞ്ഞു ബുള്ളറ്റിൽ മൂവരും റോഡിലൂടെ വേഗത്തിൽ പൊയ്ക്കൊണ്ടിരിക്കുമ്പോൾ ഹൈവേ പോലീസ് കൈകൊട്ടി. ആമി ബുള്ളറ്റ് നിർത്താതെ വേഗത്തിൽ ഓടിച്ച് പോയി. ബാറിന് മുന്നിൽ അവൾ ബുള്ളറ്റ് നിർത്തി. പിൻ സീറ്റിലിരുന്ന ഇനിയ ഇറങ്ങി ബാറിലേക്ക് നടക്കാൻ നേരം ബിയർ കൂടി വാങ്ങണം എന്ന് ആമി വിളിച്ച് പറഞ്ഞു.

ചുറ്റും വീക്ഷിച്ച് കൊണ്ടിരുന്നപ്പോൾ ആമിയുടെ മൊബൈലിൽ കാമുകന്റെ കോൾ വന്നു. അവൾ കോളെടുത്ത് സംസാരിച്ചു.

"നീ ഇത്ര നേരം ഉറങ്ങിപ്പോയോ സമയത്താണോ ഓരോന്ന് പറയുന്നത്, ഓക്കെ ഞാൻ വാങ്ങിക്കൊള്ളാം" അൽപ്പം ദേഷ്യപ്പെട്ട് സംസാരിച്ച് കൊണ്ട് അവൾ കോൾ കട്ട് ചെയ്തു.

ഇനിയ ബ്രാണ്ടിയും ബിയറും വാങ്ങിക്കൊണ്ട് വന്ന് വണ്ടിയിൽ കയറി.

"നിനക്ക് അതൊന്നു പൊതിഞ്ഞെടുത്ത് കൂടായിരുന്നോ" റേച്ചൽ ഇനിയയോട് ചോദിച്ചു.

പോകുന്ന വഴിക്ക് കവർ വാങ്ങാമെന്ന് ഇനിയ മറുപടി നൽകുകയും ചെയ്തു. ആമി ബുള്ളറ്റ് സ്റ്റാർട്ട് ചെയ്തു മുന്നോട്ട് പോയി. ഒരു മെഡിക്കൽ ഷോപ്പിനു മുന്നിൽ ആമി വണ്ടി നിർത്തിയ ശേഷം പുറത്തിറങ്ങി ഷോപ്പിലേക്ക് ചെന്നു.

"ചേട്ടാ ഒരു കോണ്ടം" ഷോപ്പ് ഉടമയായ പ്രദീപിനോട് അവൾ ഉറക്കെ വിളിച്ചു പറഞ്ഞു.

ഷോപ്പിൽ മരുന്ന് വാങ്ങാൻ നിന്നവരൊക്ക അവളെത്തന്നെ ശ്രദ്ധിച്ചു.

"ഇതാ വേണ്ടത്?" പ്രദീപ് തിരക്കി

"പൊട്ടിപ്പോകാത്ത ഏതെങ്കിലും താ ചേട്ടാ"

ആമി പറഞ്ഞത് കേട്ട് ചെറു ചിരിയോടെ പ്രദീപ് ഒരു പാക്കറ്റ് കോണ്ടം എടുത്ത് അവൾക്ക് നൽകി. ക്യാഷ് കൊടുത്ത ശേഷം ആമി പോകാൻ നേരം പ്രദീപ് അവൾ വന്ന ബുള്ളറ്റിലേയ്ക്ക് നോക്കി. കൈയിൽ മദ്യക്കുപ്പികളുമായി ഇരിക്കുന്ന ഇനിയയെ കണ്ടപ്പോൾ കാലം പോയ ഒരു പോക്ക് എന്ന് സ്വയം പറഞ്ഞു കൊണ്ട് പ്രദീപ് അടുത്ത കസ്റ്റമറിനോട് എന്ത് വേണമെന്ന് ചോദിച്ചു.

അവിടെ നിന്നും നേരെ അവർ വീട്ടിലേയ്ക്ക് വിട്ടു. പോകുന്ന വഴിക്ക് ഉള്ള ഒരു തട്ടുകടയിൽ നിന്നും ദോശയും ബീഫും വാങ്ങി. മദ്യക്കുപ്പി ഇടാൻ ഒരു കവറും എടുത്തു. അധികം വൈകാതെ തന്നെ അവർ വീട്ടിലെത്തി. പതിവിലും വൈകിയത് കൊണ്ട് അവരെ പ്രതീക്ഷിച്ച് വാതിൽക്കൽ തന്നെ മേരി നിൽപ്പുണ്ടായിരുന്നു. ഇനിയയുടെ കൈയിലെ കവർ കണ്ടപ്പോൾ അവർ വൈകിയതിന്റെ കാരണം മേരിക്ക് മനസ്സിലായി.

"നോക്കിക്കൊണ്ട് നിൽക്കാതെ കുറച്ച് തണുത്ത വെള്ളം എടുത്ത് കൊണ്ട് വാ മേരിചേട്ടത്തിയേ..." ആമി ഒരു തമാശ രൂപേണ പറഞ്ഞു.

മേരി അവർക്ക് അവിടെ എല്ലാ സ്വാതന്ത്ര്യവും നൽകിയിട്ടുണ്ട്. മേരിക്ക് അവരുടെ മുത്തശ്ശിയുടെ പ്രായം ഉണ്ടായിട്ടു കൂടിയും ചേട്ടത്തി എന്നാണു അവർ സ്നേഹത്തോടെ വിളിക്കാറുള്ളത്.

എല്ലാവരും കുളിച്ച് വസ്ത്രം മാറി ടെറസ്സിലേയ്ക്ക് പോയി. തണുത്ത വെള്ളവുമായി മേരിയും അങ്ങോട്ട് ചെന്നു. എന്നത്തേയും പോലെ അടിച്ച് കോൺതെറ്റി അവിടെ കിടന്നുറങ്ങാതെ താഴെ വന്നു കിടക്കണമെന്നു മേരി വിലക്കി.

"ചേട്ടത്തീ ഒരു പെഗ്ഗ് അടിച്ചിട്ട് പോകാം" ആമി മേരിക്ക് ഒരു പെഗ്ഗ് ഒഴിച്ച് കൊടുത്തു.

മേരി അത് കുടിക്കാൻ കൂട്ടാക്കിയില്ല. പക്ഷേ മൂവരും ചേർന്ന് നിർബന്ധിച്ചപ്പോൾ മേരി അത് വാങ്ങി കുടിച്ചു. മേരിക്ക് ഒരു സ്വഭാവമുണ്ട് ഒരു പെഗ്ഗ് കുടിച്ചാൽ പിന്നെ ഒന്നിൽ നിർത്തില്ല. അങ്ങനെ മേരിയും അവരോടൊപ്പം കൂടി.

"പിള്ളേരേ ഇതെങ്ങാനും നിങ്ങടെ വീട്ടുകാരറിഞ്ഞാൽ എനിക്കാ അതിന്റെ കേട്."

"പിന്നേ വീട്ടുകാർ അറിയാതിരിക്കുകയല്ലേ. ചേട്ടത്തി പേടിക്കണ്ട. ചേട്ടത്തിയെ കൂടി നശിപ്പിച്ചത് ഞങ്ങളാണെന്നേ അവര് പറയുള്ളൂ" ആമി പറഞ്ഞത് കേട്ടപ്പോൾ മേരിക്ക് ചിരി വന്നു.

പിന്നെയും താമശകളൊക്കെ പറഞ്ഞു അവർ മദ്യപാനം തുടർന്നു. ആമിയുടെ മൊബൈലിൽ കാമുകൻ വിളിച്ചു. അവൾ കോൾ കട്ട് ചെയ്തു. മൂന്നു പെഗ്ഗ് അടിച്ചു കഴിഞ്ഞപ്പോൾ മേരി ഫിറ്റ് ആയി.അവിടെ കിടന്നുറങ്ങാനുള്ള ശ്രമമാണെന്ന് മനസ്സിലായപ്പോൾ മേരിയോട് താഴെ പോയി കിടക്കാൻ ഇനിയ പറഞ്ഞു. അവിടെ കിടന്നോളാമെന്നു പറഞ്ഞ് കൊണ്ട് മേരി നിലത്ത് കിടക്കാനൊരുങ്ങിയപ്പോൾ ഇനിയയും റേച്ചലും കൂടി മേരിയെ പിടിച്ച് കൊണ്ട് താഴേക്ക് നടത്തിച്ചു.

"നോക്കി നടക്ക്" റേച്ചൽ മേരിയുടെ കൈയിൽ വീഴാതെ മുറുകെ പിടിച്ചു.

"നിങ്ങൾ വീഴാതെ നോക്കിയാൽ മതി" മേരി നെഞ്ചും വിരിച്ച് നടന്നു.

ഈ സമയത്ത് ആമിയുടെ മൊബൈലിൽ കാമുകന്റെ കോൾ വന്നു.

"കോൾ കട്ട് ചെയ്താൽ പിന്നെ വിളിക്കരുതെന്ന് പറഞ്ഞിട്ടില്ലേ ഒരു പത്ത് മിനിട്ട് കഴിഞ്ഞിട്ട് വാ" അല്പം ദേഷ്യത്തോടെ അവൾ കോൾ കട്ട് ചെയ്തു.

ഇനിയയും റേച്ചലും കൂടി മേരിയെ മുറിയിൽ കൊണ്ട് കിടത്തിയ ശേഷം പുറത്തിറങ്ങി. തൊട്ടപ്പുറത്തെ മുറിയിൽ കട്ടിലിൽ തളർന്ന് കിടക്കുന്ന മേരിയുടെ ഭർത്താവ് ജോൺസൺ അവരെ ശ്രദ്ധിച്ചു. റേച്ചലും ഇനിയയും പെട്ടെന്ന് അവിടെ നിന്നും പോയി.

അൽപ സമയം കഴിഞ്ഞപ്പോൾ ആമിയുടെ കാമുകനായ വിച്ചു അവിടെയെത്തി. വിച്ചുവിനെ വീട്ടിൽ കയറ്റാൻ വേണ്ടിയാണു മനപ്പൂർവം അവർ മേരിയെ കുടിപ്പിക്കുന്നത്. വിച്ചു ആമിയോടൊപ്പം അവളുടെ റൂമിലേയ്ക്ക് പോയി. ഇനിയയും റേച്ചലും ടെറസിൽ പോയി ബാക്കി ഉള്ള ബിയർ കുടിച്ച് സിഗററ്റും വലിച്ച് കൊണ്ട് ആകാശം നോക്കി ഇരുന്നു. കാര്യം കഴിഞ്ഞു വിച്ചു പോയപ്പോൾ അവർ താഴേക്ക് പോയി. ഇതോടെ അവന്റെ പേരും അവൾ വെട്ടിക്കാണുമെന്നു മനസ്സിൽ പറഞ്ഞു കൊണ്ട് അവർ പോയിക്കിടന്നുറങ്ങി.

അവർ വിചാരിച്ചതു പോലെ തന്നെ സംഭവിച്ചു. വിച്ചുവിനെ ഉപേക്ഷിച്ച് ആമി പുതിയ ഒരാളെ കണ്ടെത്തി. പ്രവീൺ എന്നാണു അവന്റെ പേര്. പരിചയപ്പെട്ട് രണ്ടാമത്തെ ദിവസം പ്രവീണിന് അവളെ ചുംബിക്കണം എന്നൊരാഗ്രഹം പറഞ്ഞു. പാർക്കിലോ തീയേറ്ററിലോ എവിടെ പോയാലും ക്യാമറ ഉണ്ട്.

ക്യാമറ ഇല്ലാത്ത ഒരിടം ആലോചിച്ചപ്പോൾ പ്രവീണിന്റെ ഓർമ്മയിൽ പണ്ടെങ്ങോ പോയിട്ടുള്ള ഒരു സർക്കാർ സ്ഥാപനം ഓർമ്മ വന്നു. പ്രവീൺ അവളെയും കൊണ്ട് അവിടേയ്ക്ക് പോയി. അവർ ഒരുമിച്ച് അവിടെയുള്ള

ലിഫ്റ്റിൽ കയറി.

"ഇവിടെ ക്യാമറ ഇല്ലല്ലോ, അപ്പോൾ വേഗം തന്നോ" ആവേശത്തോടെ കാവിൽ നീട്ടിക്കൊണ്ട് പ്രവീൺ പറഞ്ഞു.

ഉള്ളിൽ ചെറിയ ഭയം ഉണ്ടെങ്കിലും അവളത് പുറത്ത് കാണിക്കാതെ പ്രവീണിന്റെ കവിളിൽ ഉമ്മ വയ്ച്ചു. പ്രവീൺ അവളെ കെട്ടിപ്പിടിച്ച് തുരുതുരെ ചുംബിച്ചു. ലിഫ്റ്റ് മുകളിലെത്തിയതും ഓപ്പൺ ആയതും പുറത്ത് നിന്നിരുന്നവർ ഈ രംഗം കണ്ടതും അവർ ശ്രദ്ധിച്ചില്ല. അങ്ങനെ ആകെ നാണം കെട്ടു. മറ്റുള്ളവരുടെ മുന്നിൽ തന്നെ നാണം കെടുത്തിയതിന്റെ ദേഷ്യത്തിൽ അവൾ അവനോട് പിണങ്ങി അവിടെ നിന്നും പോയി.

അന്ന് രാത്രി മേരിയുടെ വീട്ടിൽ ഇരുന്ന് ആമിയും കൂട്ടുകാരികളും ടീവി കണ്ടു കൊണ്ടിരുന്നപ്പോൾ മാപ്പ് പറഞ്ഞു കൊണ്ട് മൊബൈലിൽ സന്ദേശം അയച്ചു. അവളത്തിനു മറുപടി കൊടുത്തില്ല. ദേഷ്യം അപ്പോഴും ഉള്ളിലുണ്ടായിരുന്നു.

"നമുക്ക് ഓരോ തട്ടടിച്ചാലോ" ടീവിയിലെ തുറുപ്പുഗുലാൻ സിനിമ കണ്ടു കൊണ്ടിരുന്ന റേച്ചലിന്റെ നാവിൽ വെള്ളമൂറി.

"ഈ നേരത്തോ. മണി ഒൻപതായി ഇനി എവിടെ കിട്ടാനാണ്" ഇനിയ താൽപ്പര്യമില്ലാത്ത മട്ടിൽ പറഞ്ഞു.

"സാധനം കിട്ടിയാൽ പോരെ എണീറ്റ് വാ" റേച്ചൽ ധൃതി കാട്ടി.

"ഈ വേഷത്തിലോ" ആമി സോഫയിൽ നിന്നും എഴുന്നേറ്റ് തന്റെ നൈറ്റ് ഡ്രെസ്സിന്റെ കോലം നോക്കി.

"ഈ ഡ്രെസ്സിനെന്താ കുഴപ്പം ഇതൊക്കെ മതി"

റേച്ചൽ അവരെ നിർബന്ധിച്ച് കൂട്ടിക്കൊണ്ട് പോയി. സ്ഥിരം പോകുന്ന തട്ടുകടകളൊക്കെ അടച്ചിരുന്നു. നിരാശയോടെ മടങ്ങേണ്ടി വരുമെന്നാണ് കരുതിയത്. ഭാഗ്യത്തിന് ഒരു കട മാത്രം തുറന്നിരിപ്പുണ്ടായിരുന്നു. അവർ

അവിടെ ചെന്ന് ദോശയും ബീഫും ഓർഡർ ചെയ്തു.

കടക്കാരൻ കുമാരൻ അവർക്ക് ദോശയും ബീഫും കൊണ്ട് കൊടുത്തു. അവരത് കഴിച്ച് കൊണ്ടിരിക്കുമ്പോൾ രണ്ട് ചെറുപ്പക്കാർ അങ്ങോട്ട് വന്നു. അവർ ചായയും ഓംലേറ്റും ഓർഡർ ചെയ്തു. രാജീവെന്നും ബിനു എന്നും ആണ് അവരുടെ പേരുകൾ. അവർ നൈറ്റ് ഡ്രെസ്സിൽ ഇരിക്കുന്ന പെൺകുട്ടികളെ അടിമുടി നോക്കി.

കഴിച്ച് കഴിഞ്ഞു പെൺകുട്ടികൾ കൈകഴുകിക്കൊണ്ട് നിന്നപ്പോൾ അവന്മാർ അവരുടെ അടുത്തേയ്ക്ക് ചെന്നു.

"പോരുന്നോ നമുക്ക് ബീച്ചിലൊക്കെ ഒന്ന് കറങ്ങിയിട്ട് വരാം"

അത് കേട്ടപ്പോൾ റേച്ചലിന് ദേഷ്യം വന്നു "നിന്റെ കുഞ്ഞമ്മയെ വിളിച്ച് കൊണ്ട് പോടാ ചെറ്റേ"

"നിനക്കൊക്കെ പെൺപിള്ളേരെ കാണുമ്പോൾ എന്താടാ ഇത്ര ഇളക്കം" ആമിക്കും ദേഷ്യം വന്നു.

"ഇതുപോലെ വസ്ത്രം ധരിച്ച് രാത്രിയിൽ ഇറങ്ങി നടന്നാൽ ആരായാലും ഒന്നിളകി പോകും" രാജീവ് അവരെ തുറിച്ച് നോക്കി.

"നിന്റെയൊന്നും വീട്ടിൽ ആരും നൈറ്റ് ഡ്രസ്സ് ഇടില്ലേ. പിന്നെ രാത്രി ആണുങ്ങൾക്ക് മാത്രമേ ഇറങ്ങി നടക്കാവൂ എന്ന് എവിടെയെങ്കിലും എഴുതി വച്ചിട്ടുണ്ടോ?" റേച്ചൽ അവന്മാർക്ക് നേരെ ദേഷ്യത്തോടെ ചെന്നപ്പോൾ ഇനിയ തടഞ്ഞു.

"വെറുതെ പ്രശ്നമുണ്ടാക്കണ്ട നമുക്ക് പോകാം"

"അതാ നിനക്കൊക്കെ നല്ലത്, നീയൊക്കെ എത്ര പൊങ്ങിച്ചാടാൻ നോക്കിയാലും അവസാനം നിലത്ത് തന്നെ വന്നു വീഴും" ബിനു അവരെ പരിഹസിച്ചു.

"പിന്നെ നീയൊക്കെ ആകാശത്തല്ലേ പോയി വീഴുന്നത് ഒന്ന് പോടാപ്പാ" റേച്ചൽ ദേഷ്യപ്പെട്ടു കൊണ്ട് അവിടെ നിന്നും

മാറി പോയി.

ഇനിയ കടക്കാരന് പൈസയും കൊടുത്തിട്ട് അവിടെ നിന്നും വണ്ടിയിൽ കയറി വീട്ടിലേയ്ക്ക് പോയി.

അങ്ങനെയിരിക്കെ ഒരു ദിവസം ആമി ഭക്ഷണം കഴിച്ച് കൊണ്ടിരുന്നപ്പോൾ ശർദ്ധിച്ചു. വൈകിയിട്ടും പീരീഡ് ആകാത്തത് കൊണ്ട് അവൾക്ക് താൻ ഗർഭിണിയാണോ എന്നൊരു സംശയം ഉണ്ടായിരുന്നു. ഇനിയയോട് അവൾ തന്റെ സംശയം പറഞ്ഞു. അത് അവൾക്ക് തോന്നുന്നതാകും സേഫ്റ്റി ഉപയോഗിച്ച് കൊണ്ടാണല്ലോ അവൾ ബന്ധപ്പെടാറുള്ളത് അപ്പോൾ ഗർഭിണി ആകാൻ സാധ്യത ഇല്ല. ഭക്ഷണം കഴിച്ചത് ശരീരത്തിന് പിടിക്കാത്തതാകുമെന്ന് പറഞ്ഞു ഇനിയ അവളെ ആശ്വസിപ്പിച്ചു. സംശയം മാറ്റാൻ മെഡിക്കൽ ഷോപ്പിൽ നിന്നും കിറ്റ് വാങ്ങി ടെസ്റ്റ് ചെയ്ത് നോക്കാനും പറഞ്ഞു.

തൊട്ടടുത്ത ദിവസം തന്നെ ആമി പ്രെഗ്നൻസി കിറ്റ് വാങ്ങി പരിശോധിച്ച് നോക്കി. റിസൾട്ട് പോസിറ്റീവ് ആയിരുന്നു. ആമിയുടെ ശരീരമാകെ തളരുന്നത് പോലെ തോന്നി. അവൾ അപ്പോൾത്തന്നെ വിവരം ഇനിയയെ അറിയിച്ചു. സേഫ്റ്റി ഉപയോഗിച്ചിട്ടും ഇതെങ്ങനെ സംഭവിച്ചെന്ന കാര്യത്തിൽ ഇനിയയ്ക്ക് സംശയം തോന്നി. വിച്ചു വന്ന ദിവസം അവൻ കോണ്ടം ഉപയോഗിക്കാതെയാണ് ബന്ധപ്പെട്ടത് എന്ന കാര്യം ആമി അവളോട് പറഞ്ഞു.

"അനുഭവിച്ചോ" എന്നായിരുന്നു ഇനിയയുടെ മറുപടി.

തൽക്കാലം ഏതേലും ഗുളിക വാങ്ങിക്കഴിച്ച് ഇത് ഒഴിവാക്കാൻ നോക്കുകയെ മാർഗ്ഗമുള്ളൂ എന്ന് ഇനിയ ഉപദേശിച്ചു. പക്ഷേ ഗുളിക കഴിക്കാൻ ആമിയ്ക്ക് പേടിയായിരുന്നു. ഗൈനക്കോളജിസ്റ്റിനെ കാണുന്നതാണ് നല്ലതെന്നായിരുന്നു ആമിയുടെ വാദം.

"ഭർത്താവോ ബന്ധുക്കളോ ഒന്നും കൂടെയില്ലാതെ ഗൈനക്കോളജിസ്റ്റിനെ കാണാൻ പോയിട്ട് കാര്യമില്ല, നീ അവനെ വിളിക്ക് എന്നിട്ട് കാര്യം പറ. പണിപറ്റിച്ചത് അവനല്ലേ. ഭർത്താവെന്നു പറഞ്ഞു കൂടെ വരൻ പറയ്" ഇനിയ ആമിയോട് പറഞ്ഞു.

തൊട്ടടുത്ത ദിവസം തന്നെ ആമി പ്രെഗനൻസി കിറ്റ് വാങ്ങി പരിശോധിച്ച് നോക്കി. റിസൾട്ട് പോസിറ്റീവ് ആയിരുന്നു. ആമിയുടെ ശരീരമാകെ തളരുന്നത് പോലെ തോന്നി. അവൾ അപ്പോൾത്തന്നെ വിവരം ഇനിയയെ അറിയിച്ചു. സേഫ്റ്റി ഉപയോഗിച്ചിട്ടും ഇതെങ്ങനെ സംഭവിച്ചെന്ന കാര്യത്തിൽ ഇനിയയ്ക്ക് സംശയം തോന്നി. വിച്ചു വന്ന ദിവസം അവൻ കോണ്ടം ഉപയോഗിക്കാതെയാണ് ബന്ധപ്പെട്ടത് എന്ന കാര്യം ആമി അവളോട് പറഞ്ഞു.

"അനുഭവിച്ചോ" എന്നായിരുന്നു ഇനിയയുടെ മറുപടി.

തൽക്കാലം ഏതേലും ഗുളിക വാങ്ങിക്കഴിച്ച് ഇത് ഒഴിവാക്കാൻ നോക്കുകയെ മാർഗ്ഗമുള്ളൂ എന്ന് ഇനിയ ഉപദേശിച്ചു. പക്ഷേ ഗുളിക കഴിക്കാൻ ആമിയ്ക്ക് പേടിയായിരുന്നു. ഗൈനക്കോളജിസ്റ്റിനെ കാണുന്നതാണ് നല്ലതെന്നായിരുന്നു ആമിയുടെ വാദം.

"ഭർത്താവോ ബന്ധുക്കളോ ഒന്നും കൂടെയില്ലാതെ ഗൈനക്കോളജിസ്റ്റിനെ കാണാൻ പോയിട്ട് കാര്യമില്ല, നീ അവനെ വിളിക്ക് എന്നിട്ട് കാര്യം പറ. പണിപറ്റിച്ചത് അവനല്ലേ. ഭർത്താവെന്നു പറഞ്ഞു കൂടെ വരാൻ പറയ്" ഇനിയ ആമിയോട് പറഞ്ഞു.

തൊട്ടടുത്ത ദിവസം ആമി വിച്ചുവിനെ ഫോണിൽ വിളിച്ച് കാര്യം പറഞ്ഞു. പക്ഷേ അവൻ കൂടെ ചെല്ലാൻ തയ്യാറായില്ല. അവൻ വരില്ലെന്നറിഞ്ഞപ്പോൾ റേച്ചലിന് ദേഷ്യം വന്നു. മൊബൈൽ ആമിയുടെ കൈയിൽ നിന്നും വാങ്ങി റേച്ചൽ വിച്ചുവിനോട് ദേഷ്യപ്പെട്ടു സംസാരിച്ചു.

"ടാ നാറീ നിനക്ക് പണിപറ്റിക്കാൻ അറിയാം, നിന്റെ കാര്യം കഴിഞ്ഞു നീ പൊടിയും തട്ടി പോയി. ഇപ്പോൾ അവൾക്ക് വയറ്റിലായപ്പോൾ നിനക്ക് തിരിഞ്ഞു നോക്കണ്ട അല്ലേ. അവൾക്ക് വേണമെങ്കിൽ ഈ അവസരം മുതലെടുത്ത് നിന്നെ ബ്ലാക്ക്മെയിൽ ചെയ്യാം. പക്ഷേ അവൾ നിന്റെയത്ര ചീപ്പ് അല്ലാത്ത കൊണ്ട് അങ്ങനെ ചെയ്യുന്നില്ല. പക്ഷേ നീ രക്ഷപ്പെട്ടെന്ന് കരുതണ്ട. നിനക്കുള്ള പണി ഞങ്ങൾ വയ്ച്ചിട്ടുണ്ട്"

അവന്റെ സഹായം ആവശ്യമില്ലെന്നു പറഞ്ഞു റേച്ചലും ഇനിയയും ചേർന്ന് അവളെയും കൂട്ടി ഒരു സുഹൃത്തിന്റെ ബന്ധുവായ അനില വർഗ്ഗീസ് എന്ന ഗൈനക്കോളജിസ്റ്റിനെ പോയി കണ്ടു.

അബോർട്ട് ചെയ്യാനുള്ള കാരണം അനില തിരക്കി. വിവാഹ നിശ്ചയം കഴിഞ്ഞിട്ട് നാല് മാസം ആയെന്നും മൂന്ന് മാസം കൂടി കഴിഞ്ഞിട്ടേ വിവാഹം ഉള്ളൂ എന്നും അതിനിടയ്ക്ക് പറ്റിപ്പോയ ഒരു കൈയ്യബദ്ധമാണെന്നും ആമി കള്ളം പറഞ്ഞു.

അബോർട്ട് ചെയ്ത് കഴിഞ്ഞ ശേഷം അനില ആമിയെ തുറിച്ചൊന്ന് നോക്കി.

"വിവാഹ നിശ്ചയം കഴിഞ്ഞിട്ട് നാല് മാസം ആയതേ ഉള്ളൂ എന്നല്ലേ പറഞ്ഞത്, പക്ഷേ കണ്ടിട്ട് അങ്ങനെയല്ലല്ലോ തോന്നുന്നത്" അർത്ഥം വയ്ച്ചെന്നോണം ഉള്ള അനിലയുടെ വർത്തമാനം കേട്ടപ്പോൾ ആമി നാണിച്ച് തലതാഴ്ത്തി.

ഇനി ഇതുപോലെ പണിയൊപ്പിച്ച് കൊണ്ട് വരരുതെന്നും അബോർഷൻ ഒരു നല്ല പ്രവണതയല്ലെന്നും താക്കീത് നൽകിയാണ് അനില ആമിയെ പറഞ്ഞു വിട്ടത്.

പുറത്തേക്കിറങ്ങിയപ്പോളും റേച്ചലിന്റെ നോട്ടം അനിലയിൽ ആയിരുന്നു.

"എന്നാ സ്ട്രക്ച്ചറാടീ അവർക്ക് കണ്ടിട്ട് കൊതിയായിട്ട് പാടില്ല"

"അയ്യേ നീ അതാണോ ഇത്ര നേരം നോക്കിയത് " ഇനിയ പരിഹാസച്ചുവയോടെ ചോദിച്ചു.

"ഇതിലും ഭേദം അതാടീ പ്രെഗ്നന്റ് ആകുമെന്ന് പേടിക്കണ്ടല്ലോ" ആമിയുടെ അവസ്ഥ ചൂണ്ടിക്കാട്ടിക്കൊണ്ട് റേച്ചൽ മറുപടി നൽകി.

അനില തനിക്ക് കിട്ടിയ പണം മേശയിലിട്ട ശേഷം ചുവരിൽ തൂക്കിയിട്ടിരിക്കുന്ന അമ്മയുടെയും കുഞ്ഞിന്റെയും ചിത്രത്തിലേക്ക് നോക്കി. ഒരു കുഞ്ഞിനെ ഇല്ലാതാക്കിയതിന്റെ പ്രതിഫലമാണ് തനിക്ക് കിട്ടിയതെന്ന് അറിയാമായിരുന്നിട്ടും അവൾക്ക് കുറ്റബോധം തോന്നിയില്ല. ഒരുപക്ഷേ അച്ഛരനില്ലാത്ത കുഞ്ഞുങ്ങൾ ഒരുപാട് ജനിക്കുന്നത് കൊണ്ടാകാം. തെരുവിൽ ചോരക്കുഞ്ഞുങ്ങൾ ഉപേക്ഷിക്കപ്പെടുന്നത് കൊണ്ടാകാം. ആരോ ചെയ്ത പാപത്തിന്റെ ശാപം പേറി ഒരു കുഞ്ഞും ഇവിടെ ഇനിയും വളരരുത് എന്നാഗ്രഹിക്കുന്നത് കൊണ്ടുമാകാം, അവൾക്ക് കുറ്റബോധം തോന്നിയതേയില്ല.

കാറിലാണ് അവർ അവിടെ വന്നത്. അത്യാവശ്യ ഘട്ടങ്ങളിൽ മാത്രമേ അവർ കാർ ഉപയോഗിക്കാറുള്ളൂ. മൂവരും കാറിൽ കയറി പോകാൻ നേരത്ത് മുഷിപ്പ് മാറ്റാൻ ബാറിൽ പോകാമെന്നു ആമി പറഞ്ഞു.

"റെസ്റ്റ് എടുക്കാനല്ലേ ഡോക്ടർ പറഞ്ഞത്" റേച്ചൽ ചോദിച്ചു.

"റെസ്റ്റ് കോപ്പ്, നീ നേരെ ബാറിലേക്ക് വിട്ടേ, ഇല്ലെങ്കിൽ എനിക്ക് വട്ടാകും"

ആമിയുടെ നിർബന്ധത്തിന് വഴങ്ങി ഇനിയ കാർ നേരെ ബാറിലേക്ക് വിട്ടു.

ബാറിൽ ചെന്ന് ഓരോ ബിയർ വാങ്ങി ടേബിളിൽ കൊണ്ട് വയ്ച്ച ശേഷം ഇനിയ അച്ചാർ എടുക്കാനായി പോയപ്പോൾ അവിടെ നിന്നിരുന്ന സുൽഫി എന്ന ചെറുപ്പക്കാരൻ അവളുടെ പിന്നിൽ മനപ്പൂർവം തട്ടി.

"തനിക്കെന്താടോ കണ്ണില്ലേ" ദേഷ്യത്തോടെ ഇനിയ അവനെ നോക്കി.

"സോറി പെങ്ങളേ കണ്ടില്ല"

സുൽഫിയുടെ നോട്ടത്തിൽ അവൾക്ക് ഒരു പന്തികേട് തോന്നി.

"താൻ മനപ്പൂർവ്വം തട്ടിയതല്ലേ"

അത് കണ്ടു കൊണ്ടിരുന്ന റേച്ചലിന് ദേഷ്യം വന്നു. അവൾ എഴുന്നേറ്റു സുൽഫിയുടെ അടുത്തേയ്ക്ക് ചെന്നു.

"നീ വീട്ടിലും ഇങ്ങനെയാണോ എല്ലാരേയും തട്ടിത്തട്ടിയാണോ നടക്കാറ്. പെൺപിള്ളേരെ കാണുമ്പോൾ നിനക്കൊക്കെ എന്താടാ ഇത്ര വിരുവിരുപ്പ്"

"നീ പോടീ വേണേൽ നിന്നെയും തല്ലും" സുൽഫി അവളുടെ നേർക്ക് തിരിഞ്ഞു.

പെട്ടെന്ന് ദേഷ്യം അടക്കാനാകാതെ റേച്ചൽ അവളുടെ കാലിൽ കിടന്ന ചെരുപ്പൂരി അവന്റെ ചെകിട്ടത്തടിച്ചു.

അവിടെ ഉണ്ടായിരുന്നവരെല്ലാം അത് ശ്രദ്ധിച്ചു. അപ്പോൾ പ്രതികരിച്ചാൽ തല്ലു കിട്ടുന്നത് തനിക്ക് തന്നെയാകും എന്ന് മനസ്സിലാക്കിയ സുൽഫി മിണ്ടാതെ നിന്നു.

മേലിൽ ഒരു പെണ്ണിന്റെയും ദേഹത്ത് തൊട്ട് പോകരുതെന്ന് താക്കീതും നൽകി റേച്ചലും കൂട്ടുകാരികളും അവിടെ നിന്നും പോയി. സുൽഫിക്ക് അവളെ കൊല്ലാനുള്ള ദേഷ്യമുണ്ടായിരുന്നു. അത്രയ്ക്ക് ആൾക്കാരുടെ മുന്നിൽ അവനെ അവൾ നാണംകെടുത്തി.

ബിയറും കുടിച്ച് കൊണ്ട് വേഗത്തിൽ റേച്ചൽ കാർ ഓടിച്ചു പോയി. അവനെ തല്ലുണ്ടായിരുന്നെന്നു ഇനിയ റേച്ചലിനോട്

പറഞ്ഞു.

"പിന്നെ തലോടണോ, അവനൊക്കെ ഉള്ളത് അപ്പോളപ്പോൾ കൊടുക്കണം, ഇനി വേറൊരു പെണ്ണിന്റെ ദേഹത്ത് തട്ടാൻ ഒരുങ്ങുമ്പോൾ അവനിതോർക്കും" റേച്ചൽ ഇനിയയ്ക്ക് മറുപടി കൊടുത്തു.

ബിയർ പരസ്പരം കൈമാറുന്നതിനിടയ്ക്ക് കാർ എന്തിലോ തട്ടിയത് പോലെ റേച്ചലിന് തോന്നി. അവൾ പെട്ടെന്ന് കാർ ബ്രെക്കിട്ടു.

"എന്തിലോ തട്ടിയത് പോലെ"

"വല്ല പട്ടിയോ പൂച്ചയോ ആകും നീ വണ്ടി വിട്" ആമി ആകെ ടെൻഷനിൽ ആയിരുന്നു.

അവർ അവിടെ നിന്നും വീട്ടിലേയ്ക്ക് പോയി.

അന്ന് വീട്ടിലെത്തി കുളിമുറിയിൽ ഷവറിന് ചുവട്ടിൽ നിൽക്കുമ്പോൾ ആമി അറിയാതെ പൊട്ടിക്കരഞ്ഞു പോയി. തന്റെ വയറ്റിൽ നിന്ന് കഴുകിക്കളെഞ്ഞ ആ കുരുന്നു ജീവനെ കുറിച്ചോർത്ത്.

മാസങ്ങൾ കടന്നു പോയി. ഒരു ദിവസം വൈകുന്നേരം ആമിയും ഇനിയയും ബുള്ളറ്റിൽ വീട്ടിലെത്തിയപ്പോൾ പുറത്ത് പരിചയമില്ലാത്ത ഒരു ലേഡീസ് ചെരുപ്പ് കണ്ടു. ഡോർ അടച്ചിട്ടുമുണ്ട്. സംശയത്തോടെ ആമി കോളിങ് ബെൽ അമർത്തി.

അൽപ്പ സമയം കഴിഞ്ഞപ്പോൾ റേച്ചൽ വന്നു വാതിൽ തുറന്നു. ഇനിയയേയും ആമിയെയും കണ്ടപ്പോൾ റേച്ചൽ ചമ്മലോടെ ചോദിച്ചു "നിങ്ങൾ നേരത്തേ വന്നോ"

മുറിയിൽ നിന്ന് പുറത്ത് വന്ന മറ്റൊരു പെൺകുട്ടിയെ കണ്ടപ്പോളാണ് റേച്ചൽ ചമ്മിയതിന്റെ കാരണം അവർക്ക് മനസ്സിലായത്.

"അതാരാ" ഇനിയ ചോദിച്ചു.

"മൈ ന്യൂ ഗേൾ ഫ്രണ്ട് പ്രിയ" റേച്ചൽ പ്രിയയെ പരിചയപ്പെടുത്തി.

വീണ്ടും കാണാമെന്നു പറഞ്ഞ ശേഷം ഒരു ചെറുപുഞ്ചിരി പാസ്സാക്കി പ്രിയ അവിടെ നിന്നും പോയി.

"തലവേദന എന്നും പറഞ്ഞു ലീവെടുത്ത് വന്നത് ഇതിനാണല്ലേ, മേരിച്ചേട്ടത്തി എവിടെ?" ആമി മുറിയിലേയ്ക്ക് നോക്കി.

"ഫിറ്റ് ആണ് കിടക്കുന്നു" റേച്ചൽ ഒരു കള്ളച്ചിരിയോടെ പറഞ്ഞു.

"കുടിപ്പിച്ച് കിടത്തി അല്ലേ" ഇനിയയും ആമിയും അകത്തേയ്ക്ക് കയറി.

"നിങ്ങൾക്ക് കുറച്ച് കഴിഞ്ഞു വന്നാൽ പോരായിരുന്നോ, അവളിപ്പോൾ ഇങ്ങോട്ടു വന്നതേയുള്ളൂ. ഒന്നും നടന്നതുമില്ല" നിരാശയോടെ റേച്ചൽ മുറിയിലേയ്ക്ക് പോയി.

"നിനക്കിതൊക്കെ എങ്ങനെ സാധിക്കുന്നെടീ" ഇനിയ നേരെ കുളിമുറിയിലേക്ക് പോയി.

ജീവിതത്തിൽ എന്തെങ്കിലുമൊക്കെ ഒരു ത്രിൽ വേണ്ടേ എന്നാണ് എപ്പോളും റേച്ചലിന്റെ മറുപടി. ആമിക്കാണെങ്കിൽ അബോർഷന് ശേഷം പുതിയൊരു ബന്ധം ഉണ്ടാക്കാൻ പേടിയുമായി. പരിചയപ്പെടുന്നവന്മാർക്കൊക്കെ വേണ്ടത് ശരീരം മാത്രം. അവൻമാരെയും കുറ്റം പറയാൻ പറ്റില്ല. നെറ്റിയിലെ പൊട്ട് മാറ്റുന്നപോലെ ആയിരുന്നു ആമി കാമുകന്മാരെ മാറ്റിക്കൊണ്ടിരുന്നത്.

അങ്ങനെയിരിക്കെ ഒരു ദിവസം രാത്രി ജോലി കഴിഞ്ഞു ആമിയും ഇനിയയും വീട്ടിലെത്തിയപ്പോൾ മേരി ഭർത്താവിന് ഭക്ഷണം കൊടുക്കുകയായിരുന്നു. അവരുടെ കൂടെ റേച്ചലിനെ കാണാത്തത് കൊണ്ട് മേരി അവളെ തിരക്കി.

"അവളിത് വരെ വന്നില്ലേ" ആമി അമ്പരപ്പോടെ ചോദിച്ചു.

"എന്നും നിങ്ങൾ ഒരുമിച്ചല്ലേ വരുന്നത്" മേരി എഴുന്നേറ്റ് അവരുടെ അടുത്തേക്ക് ചെന്നു.

"എന്തോ അത്യാവശ്യമുണ്ടെന്ന് പറഞ്ഞു പോയതാണ്"

ഇനിയയോട് അവളുടെ ഫോണിൽ വിളിച്ച് നോക്കാൻ മേരി പറഞ്ഞു. ഇനിയ അപ്പോൾത്തന്നെ റേച്ചലിന്റെ നമ്പറിലേയ്ക്ക് കോൾ ചെയ്തു. അവരുടെ മുറിയിൽ ഫോൺ റിംഗ് ചെയ്യുന്ന ശബ്ദം കേട്ടു.

"അവൾ ഫോൺ എടുക്കാതെയാണോ പോയത്. ഇനി വീട്ടിലെങ്ങാനും പോയതാണോ. നിങ്ങൾ അവളുടെ വീട്ടിലേയ്ക്ക് ഒന്ന് വിളിച്ച് നോക്കിക്കേ" മേരിയ്ക്ക് ടെൻഷൻ ആയി.

വീട്ടിൽ പോയാൽ റേച്ചൽ അവരോടു പറഞ്ഞിട്ടേ പോവുകയുള്ളു. ഈ സമയത്ത് ഇനി വീട്ടുകാരെ വിളിച്ച് വിഷമിപ്പിക്കണ്ടെന്ന് ആമി പറഞ്ഞു. റേച്ചൽ ഏതെങ്കിലും സുഹൃത്തിന്റെ കൂടെ പാർട്ടിക്കോ മറ്റോ പോയതാകും അവൾ എത്തിക്കൊള്ളും എന്ന് അവർ വിചാരിച്ചു. പക്ഷേ തൊട്ടടുത്ത ദിവസം രാവിലെ വാതിൽ തുറന്നു നോക്കിയ മേരി കണ്ടത് പുറത്ത് ഒരു ചെറിയ ബോക്സ് ഇരിക്കുന്നതാണ്. മേരി അമ്പരപ്പോടെ അത് കൈയിലെടുത്തു.

മേരി ആ ബോക്സ് മുറിയിൽ കൊണ്ട് പോയി ആമിയെ ഏൽപ്പിച്ചു. ആമി തെല്ല് ഭയത്തോടെ ബോക്സിനകത്ത് എന്താണെന്ന് അറിയാൻ വേണ്ടി പൊട്ടിച്ച് നോക്കിയപ്പോൾ റേച്ചലിന്റെ മുറിച്ചെടുത്ത മുടി കണ്ട് അവൾ ഞെട്ടി

പോലീസ് ഓഫീസർ സതീശനോട് ഇക്കാര്യം പറഞ്ഞു ആമി പൊട്ടിക്കരഞ്ഞു. ആ മുടി റേച്ചലിന്റേതാണെന്ന് അവരെങ്ങനെ ഉറപ്പിച്ചെന്ന് സതീശൻ ചോദിച്ചു. റേച്ചൽ മുടി കളർ ചെയ്തിട്ടുണ്ടായിരുന്നുഅത് വയ്ച്ചാണ് അത് റേച്ചലിന്റെ മുടിയാണെന്നു അവർ ഉറപ്പിച്ചതെന്നു സതീശനോട് പറഞ്ഞു.

"അവൾക്കെന്തോ അപകടം സംഭവിച്ചിട്ടുണ്ട്" വിഷമത്തോടെ ആമി പറഞ്ഞു.

അവൾ പോകാൻ സാധ്യതയുള്ള സ്ഥലങ്ങളെ കുറിച്ച് സതീശൻ അവരോട് തിരക്കി. അവൾക്കിവിടെ അധികം സുഹൃത്തുക്കൾ ഇല്ലാത്തത് കൊണ്ട് ദൂരെയെങ്ങും പോകാൻ സാധ്യതയില്ലെന്ന് ആമി പറഞ്ഞു. അന്ന് റേച്ചലിനോടൊപ്പം വീട്ടിൽ വയ്ച്ച് അവർ കണ്ടു എന്ന് പറയുന്ന പെൺകുട്ടിയെ കുറിച്ച് സതീശൻ അവരോട് അന്വേഷിച്ചു. പ്രിയ എന്നാണു അവളുടെ പേര് എന്ന് മാത്രം അറിയാമെന്നും കൂടുതൽ കാര്യങ്ങൾ അറിയില്ലെന്നും ഇനിയ പറഞ്ഞു.

"റേച്ചൽ മറന്നു വയ്ച്ചിട്ട് പോയ മൊബൈൽ ഫോൺ കൊണ്ട് വന്നിട്ടുണ്ടോ"

"വീട്ടിൽ ഇരിക്കുകയാണ് എടുക്കാൻ മറന്നു" ഇനിയ സതീശന് മറുപടി നൽകി.

"വീട്ടിൽ പോയിട്ട് മൊബൈലിൽ പ്രിയയുടെ നമ്പർ ഉണ്ടോ എന്ന് നോക്കണം. ഉണ്ടെങ്കിൽ എന്നെ അറിയിക്കണം" എന്തോ സംശയം ഉള്ള പോലെ സതീശൻ പറഞ്ഞു .

അവർ അത് സമ്മതിക്കുകയും ചെയ്തു. സതീശൻ പറഞ്ഞതനുസരിച്ച് ഒരു പരാതിയും എഴുതിക്കൊടുത്ത് അവർ അവിടെ നിന്ന് പോയി.

തൊട്ടടുത്ത ദിവസം രാത്രിയിൽ ഇനിയയും ആമിയും ടീവിയിൽ വാർത്ത കാണുകയായിരുന്നു. "റെയിൽവേ ട്രാക്കിൽ നിന്നും കണ്ടു കിട്ടിയ മൃതദേഹം മുൻ ധനകാര്യ മന്ത്രി ദിവാകരന്റെ ചെറുമകൾ ദിയ ആണെന്ന് തിരിച്ചറിഞ്ഞു. ആത്മഹത്യ ആണോ അതോ കൊലപാതകമാണോ എന്ന കാര്യത്തിൽ പൊലീസിന് ഇതുവരെയും വ്യക്തത ലഭിച്ചിട്ടില്ല. ഇപ്പോൾ കിട്ടിയ വാർത്ത സൗത്ത് സ്റ്റേഷൻ എസ് ഐ സതീശൻ കൊല്ലപ്പെട്ടു"

ആ വാർത്ത കേട്ട് ഇനിയയും ആമിയും ഞെട്ടിത്തെറിച്ചു. പേടി കാരണം അവരുടെ ദേഹം വിറയ്ക്കാൻ തുടങ്ങി. എന്തൊക്കെയാണ് സംഭവിക്കുന്നതെന്ന് ഒരു എത്തുംപിടിയും കിട്ടുന്നില്ല.

വിജനമായ ഒരിടത്ത് നാവു മുറിച്ച നിലയിലാണ് സതീശന്റെ മൃതദേഹം കാണപ്പെട്ടത്. ഫോറൻസിക്കും പോലീസുകാരും എത്തി നടപടികൾ പൂർത്തിയാക്കി. സിഐ പവൻകുമാർ സംഭവസ്ഥലത്തെത്തി. മീഡിയാക്കാരുടെ ചോദ്യങ്ങൾക്ക് അദ്ദേഹം മറുപടി നൽകുകയും ചെയ്തു.

ഇനിയയും ആമിയും പവൻകുമാറിനെ പോയി കണ്ട് കാര്യങ്ങൾ സംസാരിച്ചു. റേച്ചലിന്റെ തിരോധനവും എസ് ഐയുടെ കൊലപാതകവും തമ്മിൽ എന്തെങ്കിലും ബന്ധം ഉണ്ടോ എന്ന കാര്യത്തിൽ അവർക്ക് സംശയം ഉണ്ടായിരുന്നു. റേച്ചലിന്റെ മൊബൈൽ ഫോൺ അവർ പവണിനെ ഏൽപ്പിച്ചു. ആ മൊബൈലിൽ പ്രിയ എന്ന പേരിൽ ഒരു നമ്പരും സേവ് ചെയ്തിട്ടില്ല എന്ന് അവർ പവണിനോട് പറഞ്ഞു.

പവൻ കുമാർ മൊബൈൽ വാങ്ങി പരിശോധിച്ചു. കോൾ ഹിസ്റ്ററിയും സന്ദേശങ്ങളുമെല്ലാം പരിശോധിച്ചു നോക്കി. പക്ഷേ ഒന്നും കണ്ടെത്താനായില്ല. പവൻ ആ മൊബൈലിലെ നെറ്റ് ഓൺ ചെയ്തു, അൽപ സമയം കഴിഞ്ഞപ്പോൾ സ്കൈപ്പ് ഐഡിയിൽ നിന്നും സന്ദേശങ്ങളുടെ നോട്ടിഫിക്കേഷൻസ് പെരുമഴ പോലെ വന്നു. പ്രിയ123 എന്ന ഐഡിയിൽ നിന്നാണ് സന്ദേശങ്ങൾ വന്നത്. പവൻ അതെല്ലാം വായിച്ച് നോക്കി. റേച്ചൽ നീ എവിടെയാണ്, എന്താ റിപ്ലൈ ചെയ്യാത്തത്, എന്തുപറ്റി തുടങ്ങി റേച്ചലിനെ അന്വേഷിച്ച് കൊണ്ടുള്ള സന്ദേശങ്ങളായിരുന്നു അത്.

അത്യാവശ്യമായിട്ട് കാണണമെന്നും ഇപ്പോൾ തന്നെ പാർക്ക് റോഡിൽ വരാനും പറഞ്ഞു കൊണ്ട് റേച്ചലിന്റെ

ഐഡിയിൽ നിന്ന് പ്രിയയ്ക്ക് പവൻ കുമാർ തിരിച്ച് ഒരു മറുപടി സന്ദേശം അയച്ചു. ഏതാനും നിമിഷങ്ങൾക്കകം ഞാൻ ഉടനെ എത്താമെന്നുള്ള മറുപടിയും വന്നു. പവൻകുമാർ ഇനിയയേയും ആമിയെയും കൂട്ടി പാർക്ക് റോഡിലേയ്ക്ക് പോയി. അവിടെ അവർ പ്രിയയുടെ വരവിനായി കാത്ത് നിന്നു.

ഏറെ നേരത്തെ കാത്തിരിപ്പിന് ശേഷം ഒരു ഓട്ടോയിൽ പ്രിയ എത്തി. അവൾ അവിടെ എത്തിയ വിവരം മെസ്സേജിലൂടെ അറിയിക്കുകയും ചെയ്തു. സന്ദേശം കിട്ടിയപ്പോൾ പവൻ കുമാർ അകലെ നിൽക്കുന്ന പ്രിയയെ ചൂണ്ടിക്കാട്ടി ഇനിയയോട് അതാണോ പ്രിയ എന്ന് ചോദിച്ചു. അവർ പ്രിയയെ തിരിച്ചറിഞ്ഞു. അത് തന്നെയാണ് പ്രിയയെന്ന് അവർ പവണിനോട് പറഞ്ഞു.

പവൻ ജീപ്പിൽ കയറി പ്രിയയുടെ അടുത്തേയ്ക്ക് ചെന്നു. റേച്ചലിന്റെ മൊബൈൽ പവൻ പ്രിയയെ കാണിച്ചു. അപ്പോഴാണ് തനിക്ക് മറുപടി സന്ദേശം അയച്ചത് പോലീസുകാരാണെന്ന കാര്യം അവൾ മനസ്സിലാക്കിയത്. പ്രിയയെ ചോദ്യം ചെയ്യാനായി കൂട്ടിക്കൊണ്ടു പോയി.

റേച്ചലുമായുള്ള ബന്ധത്തെ കുറിച്ച് പ്രിയ പവണിനോട് തുറന്നു പറഞ്ഞു. ഒരു ഡേറ്റിങ് വെബ് സൈറ്റ് വഴിയാണ് അവർ പരിചയപ്പെട്ടത്. മൊബൈൽ നമ്പർ കൈമാറുന്നത് സേഫ്റ്റി അല്ലെന്നും സ്കൈപ്പ് വഴി ബന്ധപ്പെട്ടാൽ മതിയെന്നും റേച്ചലാണ് പ്രിയയോട് പറഞ്ഞത്. റേച്ചൽ സുരക്ഷക്ക് കൂടുതൽ പ്രാധാന്യം കൊടുത്തിരുന്നു. റേച്ചലിനെ കാണാതായ ദിവസം, തലേദിവസം പ്ലാൻ ചെയ്തതനുസരിച്ച് പുറത്തൊക്കെ ഒന്ന് പോയി ചുറ്റിക്കറങ്ങാനായിരുന്നു ഉദ്ദേശിച്ചിരുന്നത്. എവിടെയാണ് വരേണ്ടതെന്നുള്ള വിവരം രാവിലെ മെസ്സേജിടാം എന്നായിരുന്നു റേച്ചൽ പറഞ്ഞിരുന്നത്.

റേച്ചലിന്റെ സന്ദേശവും പ്രതീക്ഷിച്ച് ഏറെ നേരം പ്രിയ കാത്ത് നിന്നു. പക്ഷെ മെസ്സേജ് ഒന്നും കണ്ടില്ല. പ്രിയ തിരിച്ച് അവൾക്ക് സന്ദേശം അയച്ചു. പക്ഷേ മറുപടി വന്നില്ല. നെറ്റ് ഓഫ് ആണെന്ന കാര്യവും പ്രിയയ്ക്ക് മനസ്സിലായി. ഏറെ സമയം കഴിഞ്ഞിട്ടും കാണാതായപ്പോൾ റേച്ചൽ വരില്ല എന്ന് കരുതി പ്രിയ തിരിച്ച് പോവുകയും ചെയ്തു.

"പ്രിയയെ കാണാൻ വേണ്ടി കൂട്ടുകാരികളോട് കള്ളം പറഞ്ഞു റേച്ചൽ വീട്ടിൽ നിന്നും ഇറങ്ങി. പക്ഷേ പ്രിയയെ കണ്ടതുമില്ല. പിന്നെ റേച്ചൽ എങ്ങോട്ട് പോയി. അവളെ ആരെങ്കിലും തട്ടിക്കൊണ്ടു പോയതാവണം. അയ്യാൾ തന്നെയാകും അവളുടെ മുടി മുറിച്ച് വീട്ടിൽ കൊണ്ട് വയ്ച്ചതും. റേച്ചലിനോട് ആർക്കെങ്കിലും ശത്രുത ഉണ്ടായിരുന്നോ?" പവൻ പ്രിയയോട് ചോദിച്ചു.

"വ്യക്തിപരമായിട്ടുള്ള കാര്യങ്ങളൊന്നും അവൾ എന്നോട് സംസാരിക്കാറുണ്ടായിരുന്നില്ല. അവൾക്ക് പ്രത്യേകിച്ച് ആരെങ്കിലുമായിട്ട് പ്രശ്നം ഉള്ളതായി തോന്നിയിട്ടുമില്ല. മാത്രമല്ല അവൾ എപ്പോളും ഹാപ്പി ആയിരുന്നു."

അൽപ്പ നേരം ആലോചിച്ചിട്ട് പ്രിയ തന്റെ മനസ്സിൽ തോന്നിയ ഒരു സംശയം പറഞ്ഞു. കാർത്തിക് എന്നൊരു ചെറുപ്പക്കാരൻ കുറച്ച് നാളായിട്ട് പ്രിയയെ ഇഷ്ടമാണെന്നു പറഞ്ഞു കൊണ്ട് പിന്നാലെ കൂടിയിരുന്നു. അവനെ എങ്ങനെയെങ്കിലും ഒഴിവാക്കാൻ അവൾ പല വഴിയും നോക്കിയിട്ടും നടന്നില്ല. ഒടുവിൽ അവളൊരു ലെസ്ബോ ആണെന്നും റേച്ചലും ആയിട്ട് അവൾ ഇഷ്ട്ടത്തിലാണെന്നും ഉള്ള കാര്യം അവനോടു പറഞ്ഞു. പക്ഷേ അവനതു വിശ്വസിച്ചില്ല. അവനെ ഒഴിവാക്കാൻ അവൾ വെറുതെ കള്ളം പറയുന്നതാണെന്ന് അവൻ കരുതി. അവനെ വിശ്വസിപ്പിക്കാൻ വേണ്ടി അവന്റെ മുന്നിൽ വയ്ച്ച് പരസ്യമായി അവൾ റേച്ചലിനെ ചുംബിച്ചു. ദേഷ്യപ്പെട്ടു

കൊണ്ടാണ് എന്നവൻ അവിടെ നിന്ന് പോയത്.

ആ സംഭവത്തോടെ അവന്റെ ശല്യം തീർന്നു കാണും എന്നാണു പ്രിയ കരുതിയത്. പക്ഷേ പിന്നെയും കാർത്തിക് ഇക്കാര്യം പറഞ്ഞു കൊണ്ട് അവളെ ശല്യപ്പെടുത്തി. റേച്ചൽ ആണ് എല്ലാത്തിനും കാരണക്കാരി എന്നാണു അവൻ വിശ്വസിച്ചിരുന്നത്. റേച്ചലിനോട് അവനു ദേഷ്യവും ഉണ്ടായിരുന്നു.

"കാർത്തിക്കിന്റെ നമ്പർ പ്രിയയുടെ പക്കലുണ്ടോ?" പവൻ തിരക്കി.

"നമ്പർ എന്റെ കൈയിൽ ഇല്ല, പക്ഷേ അവൻ കുറച്ച് നാൾ മുൻപ് ഫേസ് ബുക്കിൽ എനിക്കൊരു മെസ്സേജ് ഇട്ടിരുന്നു. അതിൽ നമ്പർ ഉണ്ടെന്നു തോന്നുന്നു. ഞാൻ അപ്പോൾ തന്നെ അവനെ ബ്ലോക്ക് ചെയ്തു"

ഫേസ് ബുക്കിൽ നോക്കി നമ്പർ പറഞ്ഞു കൊടുക്കാൻ പവൻ കുമാർ ആവശ്യപ്പെട്ടു.

പ്രിയ ഫേസ് ബുക്ക് എടുത്ത് ബ്ലോക്ക് മാറ്റിയ ശേഷം അവന്റെ മെസ്സേജ് നോക്കി. അതിൽ നിന്നും കാർത്തിക്കിന്റെ നമ്പർ ലഭിക്കുകയും ചെയ്തു. ആ നമ്പറിലേയ്ക്ക് കോൾ ചെയ്ത് കാർത്തിക് വിശ്വസിക്കുന്ന വിധത്തിൽ സംസാരിക്കാനും റെയിൽവേ സ്റ്റേഷന് അടുത്തുള്ള ശരവണ റെസ്റ്റോറന്റിൽ വരാനും അവനോടു പറയാൻ പ്രിയയോട് പവൻ ആവശ്യപ്പെട്ടു.

പ്രിയ അപ്പോൾ തന്നെ കാർത്തിക്കിന്റെ നമ്പറിലേയ്ക്ക് വിളിച്ചു. റോഡരികിൽ കാർ നിർത്തിയ ശേഷം ജ്യൂസ് കുടിച്ച് കൊണ്ട് നിൽക്കുകയായിരുന്ന കാർത്തിക് മൊബൈലിൽ കോൾ വന്നപ്പോൾ ആരാണ് വിളിക്കുന്നതെന്നറിയാൻ പോക്കറ്റിൽ നിന്നും ഫോൺ എടുത്തു നോക്കി. ട്രൂകോളറിൽ പ്രിയ എന്ന് പേര് കാണിച്ചത് കണ്ടപ്പോൾ കർത്തിക്കിന് എന്തെന്നില്ലാത്ത സന്തോഷമായി. അവൻ അപ്പോൾ തന്നെ

കാറിനകത്തേയ്ക്ക് കയറി കോൾ എടുത്തു.

കാർത്തിക്കിന്റെ അത്യാവശ്യമായിട്ട് കാണണം എന്ന് പ്രിയ പറഞ്ഞത് കേട്ടപ്പോൾ അവനു വിശ്വസിക്കാനായില്ല. ഇങ്ങനെ ഒരു ദിവസത്തിന് വേണ്ടിയാണ് അവൻ ഇത്രനാൾ കാത്തിരുന്നത്. പക്ഷേ നിർഭാഗ്യവശാൽ പോലീസ് സ്റ്റേഷനിലെ വയർലെസ്സ് ഫോണിന്റെ ശബ്ദം കാർത്തിക് കേട്ടു. അതോടെ ഇതൊരു ചതിയാണെന്നു അവനു മനസ്സിലായി.

"എനിക്കിന്ന് അത്യാവശ്യമായിട്ടു മറ്റൊരു സ്ഥലം വരെ പോകേണ്ടതുണ്ട് അതുകൊണ്ടു നമുക്ക് പിന്നീടൊരിക്കൽ കാണാം" കാർത്തിക് ഒരു കള്ളം പറഞ്ഞു.

"എവിടെയാ പോകുന്നത്?" പ്രിയ സ്ഥലം മനസ്സിലാക്കാൻ വേണ്ടി ചോദിച്ചു.

"കുളുമണാലി, എന്താ വരുന്നോ" ഒരു പരിഹാസച്ചുവയോടെ കാർത്തിക് ചോദിച്ചു.

ഇതെല്ലാം കേട്ടുകൊണ്ടിരുന്ന പവൻ കുമാറിന് കാര്യം മനസ്സിലായി. പ്രിയയോട് കോൾ കട്ട് ചെയ്യാൻ പവൻ ആംഗ്യം കാട്ടി, അവൾ അത് അനുസരിച്ചു.

അപകടം മനസ്സിലാക്കിയ കാർത്തിക് മൊബൈലിൽ നിന്നും സിം കാർഡ് ഊരി മാറ്റി അത് ഒടിച്ച ശേഷം പുറത്തേയ്ക്ക് ഉപേക്ഷിച്ചു. അതിനു ശേഷം കാർ മുന്നോട്ട് ഓടിച്ച് പോയി. പക്ഷേ അപ്പോളേക്കും പോലീസുകാർ കാർത്തിക്ക് നിൽക്കുന്ന സ്ഥലം മനസ്സിലാക്കി കഴിഞ്ഞിരുന്നു. പോലീസുകാർ അവനെ പിന്തുടർന്നെത്തി. പിന്നാലെ പോലീസുണ്ടെന്ന് മനസ്സിലാക്കിയ കാർത്തിക് അതിവേഗത്തിൽ കാർ ഓടിച്ച് പോയി.

ഒരു വളവിൽ വയ്ച്ച് മറ്റൊരു പോലീസ് വാഹനം കാർത്തിക്കിന്റെ കാറിന് കുറുകെ വന്നു നിന്നു. കാർത്തിക് കാർ നിർത്തിയ ശേഷം കാറിൽ നിന്നും പുറത്തേയ്ക്ക് ഇറങ്ങി

ഓടി.

കാർത്തിക് അവിടെയുള്ള ഒരു കോളനിയിലേക്ക് ഓടിക്കയറി. പോലീസുകാർ തൊട്ടു പിന്നാലെ ചെന്നു. കുറേ ദൂരം തലങ്ങും വിലങ്ങും പോലീസുകാർ അവനെ ഓടിച്ചു. മീൻ കഴുകിക്കൊണ്ടിരുന്ന ഒരു പെൺകുട്ടി കാർത്തിക്കിനെ പോലീസ് ഓടിച്ച് കൊണ്ട് വരുന്നത് കണ്ട് അവൻ കുഴപ്പക്കാരൻ ആണെന്ന് മനസ്സിലാക്കി മീൻ വെള്ളം കാർത്തിക്ക് അടുത്തെത്തിയപ്പോൾ അവന്റെ മുഖത്തേയ്ക്ക് ഒഴിച്ചു. അപ്പോൾ തന്നെ അവിടെയുള്ള കിച്ചു എന്ന എട്ടുവയസുകാരൻ പയ്യൻ ക്രിക്കറ്റ് ബാറ്റിന് കാർത്തിക്കിന്റെ തലയ്ക്ക് ശക്തിയായി അടിക്കുകയും ചെയ്തു. അപ്പോളേക്കും പോലീസുകാർ അവിടെയെത്തി കാർത്തിക്കിനെ അറസ്റ്റ് ചെയ്തു.

പവൻ കുമാർ കാർത്തിക്കിനെ ചോദ്യം ചെയ്യാനായി കൊണ്ട് പോയി.

"മീൻ നാറ്റം പോട്ടെ" പവൻ കാർത്തിക്കിന്റെ തലയിൽ ഒരു കുപ്പി വെള്ളം ഒഴിച്ചു.

പോലീസിനെ കണ്ട് ഭയന്ന് ഓടിയതിൽ നിന്നും കുറ്റക്കാരൻ കാർത്തിക് ആണെന്ന് അവർ ഉറപ്പിച്ചു. റേച്ചലിനെ എന്തിനാണ് കൊലപ്പെടുത്തിയത്? മൃതദേഹം എവിടെയാണ് ഒളിപ്പിച്ചിരുന്നത് എന്ന് മാത്രം അറിഞ്ഞാൽ മതി. സത്യം തുറന്നു പറയാതെ മാർഗ്ഗമില്ലെന്ന് കർത്തിക്കിന് മനസ്സിലായി. ഉണ്ടായ സംഭവങ്ങൾ അവൻ വള്ളിപുള്ളി വിടാതെ വിവരിച്ചു.

അന്ന് പ്രിയയെ കാണാൻ വേണ്ടി റേച്ചൽ ബസ് സ്റ്റോപ്പിലെത്തി. പ്രിയയ്ക്ക് സന്ദേശം അയക്കാൻ വേണ്ടി ബാഗിൽ നിന്നും മൊബൈൽ എടുക്കാൻ നോക്കിയപ്പോഴാണ് മൊബൈൽ എടുക്കാൻ മറന്നു പോയ വിവരം അവൾ അറിയുന്നത്. പ്രിയയെ ബന്ധപ്പെടാൻ മറ്റു മാർഗ്ഗം

ഇല്ലാത്തതിനാൽ തിരിച്ചു വീട്ടിൽ പോയി മൊബൈൽ എടുക്കാൻ അവൾ തീരുമാനിച്ചു. ഈ സമയത്താണ് കാർത്തിക്കിന്റെ വരവ്. ബസ് സ്റ്റോപ്പിൽ നിൽക്കുന്ന റേച്ചലിനെ തിരിച്ചറിഞ്ഞ കാർത്തിക് അവളുടെ അടുത്തേയ്ക്ക് കാർ നിർത്തി.

"റേച്ചൽ അല്ലേ, എന്നെ മനസ്സിലായോ പ്രിയയുടെ ഫ്രണ്ട് ആണ് കാർത്തിക്" തല പുറത്തേക്കിട്ട് കൊണ്ട് കാർത്തിക് ചോദിച്ചു.

മനസ്സിലായെന്ന അർത്ഥത്തിൽ അവൾ തലയാട്ടി.

"ആരെയോ പ്രതീക്ഷിച്ച് നിൽക്കുന്നത് പോലെ ഉണ്ടല്ലോ"

"പ്രിയ വരാം എന്ന് പറഞ്ഞിരുന്നു" ഒരു പരുങ്ങലോടെ അവൾ മറുപടി കൊടുത്തു.

"റേച്ചലിനെ കാത്താണോ പ്രിയ അവിടെ നിൽക്കുന്നത്? ഞാനിപ്പോൾ അവളെ കണ്ടിട്ടാണ് വരുന്നത്. ഞങ്ങളിപ്പോൾ നല്ല ഫ്രണ്ട്സാണ്. റേച്ചൽ കയറിക്കൊള്ളൂ ഞാൻ പ്രിയയുടെ അടുത്താക്കാം, ഞാനിപ്പോൾ അങ്ങോട്ടാണ് പോകുന്നത്"

കാർത്തിക് ഒരു കള്ളം പറഞ്ഞു. അവന്റെ മനസ്സിൽ മറ്റ് ചില പദ്ധതികൾ ഉരുത്തിരിഞ്ഞു.

അവനോടൊപ്പം ചെല്ലാൻ ആദ്യം അവൾ മടി കാട്ടിയെങ്കിലും പ്രിയയുടെ അടുത്തെത്താൻ മറ്റ് മാർഗ്ഗങ്ങൾ ഇല്ലാത്തത് കൊണ്ടും അവന്റെ നിർബന്ധത്തിനു വഴങ്ങിയും കാറിൽ കയറാൻ അവൾ തീരുമാനിച്ചു.

റേച്ചലിനേയും കാറിൽ കയറ്റി കാർത്തിക് വേഗത്തിൽ കാർ ഓടിച്ച് പോയി. വിജനമായ ഒരിടത്ത് അവൻ കാർ നിർത്തിയ ശേഷം അവളോട് ഇറങ്ങാൻ പറഞ്ഞു. ഒറ്റപ്പെട്ട ആ സ്ഥലം കണ്ടപ്പോൾ അവൾക്ക് ഉള്ളിൽ ഭയം തോന്നി. പേടിയോടെ അവൾ കാറിൽ നിന്നും പുറത്തിറങ്ങി.

"പ്രിയ എവിടെ?" ചുറ്റും കണ്ണോടിച്ച് കൊണ്ട് അവൾ ചോദിച്ചു.

"ഇവിടെയാണ് നിന്നിരുന്നത്, വെയിൽ കൂടിയപ്പോൾ അങ്ങോട്ടെങ്ങാനും മാറി പോയി കാണും, വാ നമുക്ക് നോക്കാം"

പാറക്കെട്ടുകൾ നിറഞ്ഞ ആ പ്രദേശത്തേക്ക് കാർത്തിക് പ്രവേശിക്കാനൊരുങ്ങി. അവനോടൊപ്പം പോകാൻ അവൾ മടിച്ചു. പ്രിയ മിക്കപ്പോഴും ഇവിടെ വന്നിരിക്കാറുണ്ടെന്നും അവൾക്ക് ഒരുപാട് ഇഷ്ടമുള്ള സ്ഥലമാണിതെന്നും ഒരു കള്ളം കൂടി പറഞ്ഞു വിശ്വസിപ്പിച്ച് കാർത്തിക് അവളെയും കൂട്ടി അങ്ങോട്ടേക്ക് പോയി. പക്ഷേ അവിടെയെങ്ങും പ്രിയ ഉണ്ടായിരുന്നില്ല.

"റേച്ചൽ എനിക്ക് നിന്നോടൊരു കാര്യം പറയാനുണ്ട്. അതിനു വേണ്ടിയാണ് പ്രിയ ഇവിടെ ഉണ്ടെന്ന് കള്ളം പറഞ്ഞു നിന്നെ ഞാനിവിടെയ്ക്ക് കൂട്ടിക്കൊണ്ടു വന്നത്. നീയെനിക്ക് പ്രിയയെ വിട്ടു തരണം. നീ കാരണമാണ് അവൾ എന്നിൽ നിന്ന് അകന്നു നിൽക്കുന്നത്. അവളെ വിവാഹം ചെയ്ത് നല്ലൊരു കുടുംബ ജീവിതം നയിക്കണമെന്നാണ് എന്റെ ആഗ്രഹം. അതിന് നീയൊരു തടസ്സമാകരുത്" കാർത്തിക് അവളോട് അപേക്ഷിച്ചു.

"തന്നെ ഇഷ്ടമല്ലെന്നു അവൾ എത്ര വട്ടം പറഞ്ഞു. തന്നെ മാത്രമല്ല ഒരാണിനെയും അവൾക്ക് ഇഷ്ടമല്ല. താൻ പറഞ്ഞത് കൊണ്ട് ഞാൻ അവളുമായിട്ടുള്ള റിലേഷൻ അവസാനിപ്പിക്കാൻ പോകുന്നുമില്ല" റേച്ചൽ തറപ്പിച്ച് പറഞ്ഞു.

"നീയൊക്കെ കൂടിയാണ് അവളെ ഇങ്ങനെ ആക്കിയത്. എനിക്കെന്റെ പ്രിയയെ വേണം. അതിന് തടസ്സം നിന്നാൽ കൊന്നു കളയും ഞാൻ"

ദേഷ്യത്തോടെ കാർത്തിക് അവളുടെ കഴുത്തിൽ അമർത്തി പിടിച്ചു. അവന്റെ കൈതട്ടി മാറ്റുന്നതിനിടയിൽ അവൾ കാൽ തെറ്റി ആ പാറക്കെട്ടിൽ നിന്നും താഴേക്ക് തെറിച്ച് വീണു.

അത്യാവശ്യം ആഴം ഉള്ള സ്ഥലമായത് കൊണ്ട് തന്നെ താഴെ വീണാൽ മരണം ഉറപ്പാണെന്ന് അറിയാവുന്ന കാർത്തിക് പേടിച്ച് അവിടെ നിന്നും അപ്പോൾ തന്നെ കാറിൽ കയറി പോയി.

എല്ലാം ഏറ്റ് പറഞ്ഞു കുറ്റബോധത്തോടെ കാർത്തിക് തലകുനിച്ചിരുന്നു. കാർത്തിക് പറഞ്ഞ കാര്യങ്ങൾ സത്യമാണോ എന്നറിയാൻ പോലീസുകാർ ആ പാറക്കെട്ടിൽ തിരച്ചിൽ നടത്തി. എത്ര തിരഞ്ഞിട്ടും അവിടെ നിന്നും റേച്ചലിന്റെ മൃതദേഹം കണ്ടെത്താനായില്ല. താഴെ വീണ റേച്ചൽ മരിച്ചിട്ടുണ്ടാകില്ല, അവൾക്ക് മറ്റെന്തോ അപകടം സംഭവിച്ചിട്ടുണ്ട്. അവളുടെ മുടി മുറിച്ച് അയച്ചത് കാർത്തിക് അല്ലാത്ത സ്ഥിതിക്ക് അവളിപ്പോഴും ജീവനോടെ തന്നെയുണ്ട്. തീർച്ചയായും മറ്റാരോ അവളെ അപായപ്പെടുത്തിയിട്ടുണ്ട് എന്ന നിഗമനത്തിൽ പോലീസുകാർ എത്തിച്ചേർന്നു.

ആളൊഴിഞ്ഞ ഒരു സ്ഥലത്തുള്ള പഴയ കെട്ടിടത്തിൽ ഒരു കസേരയിൽ ബന്ധിക്കപ്പെട്ട നിലയിൽ റേച്ചൽ ജീവനോടെ ഉണ്ടായിരുന്നു. ഒരു കാലിന് ചെറിയ മുടന്തുള്ള ഹേമ എന്ന് പേരുള്ള ഒരു ട്രാൻസ്ജെന്ററാണ് അവളെ അവിടെ കൊണ്ട് പോയി ബന്ധിച്ചത്. ഹേമയിൽ ഒരു സ്ത്രീത്വം ആണുള്ളത്. നടപ്പിലും വസ്ത്രധാരണത്തിലുമെല്ലാം അത് പ്രകടവുമാണ്. കസേരയിലിരുന്ന് വായിലെ കെട്ടഴിച്ച് മാറ്റാൻ റേച്ചൽ ശരീരം ചലിപ്പിച്ച് കൊണ്ട് ആംഗ്യം കാട്ടി. ഹേമ അവളുടെ അടുത്തെത്തി വായിലെ കെട്ടഴിച്ച ശേഷം കുപ്പിയിലെ വെള്ളം കുടിക്കാൻ വേണ്ടി വായിലേയ്ക്ക് വയ്ച്ച് കൊടുത്തു. എന്നിട്ട് ബലമായി വെള്ളം കുടിപ്പിച്ചു. അതിനു ശേഷം വീണ്ടും വാ മൂടിക്കെട്ടി.

തൊട്ടടുത്ത പ്രഭാതത്തിൽ ഉറക്കത്തിൽ നിന്നും ഉണർന്ന ഇനിയ നോക്കിയപ്പോൾ കട്ടിലിൽ ആമിയെ കാണുന്നില്ല. എന്നും ഇനിയ ഉണരുമ്പോൾ ആമി ഉറങ്ങുകയാണ് പതിവ്.

പുറത്തെവിടെയെങ്കിലും പോയിട്ടുണ്ടാകുമോ എന്നറിയാൻ അവൾ മറിയയോട് അന്വേഷിച്ചു. പക്ഷേ മറിയയും അവളെ പുറത്തെങ്ങും കണ്ടതേയില്ല. ഇനിയ ആമിയുടെ മൊബൈലിലേക്ക് കോൾ ചെയ്ത് നോക്കിയപ്പോൾ മൊബൈൽ ഓഫ് ആയിരുന്നു. അല്പം ടെൻഷനോടെ ഇനിയ ബാത്ത്റൂമിലേയ്ക്ക് പോയി കുളിക്കാൻ വേണ്ടി ഷവർ ഓണാക്കിയപ്പോൾ അതിൽ നിന്നും ചോരനിരത്തിൽ ഉള്ള വെള്ളം അവളുടെ ദേഹത്തേയ്ക്ക് തെറിച്ച് വീണു നിലവിളിച്ച് കൊണ്ട് ഇനിയ പുറത്തേയ്ക്ക് ഓടി ഇറങ്ങി.

വിവരമറിഞ്ഞ മേരി പോലീസിൽ വിവരമറിയിക്കാൻ ഇനിയയോട് പറഞ്ഞു. ഇനിയ അപ്പോൾ തന്നെ പവൻ കുമാറിനെ വിളിച്ച് കാര്യം പറഞ്ഞു. അധികം വൈകാതെ തന്നെ പോലീസെത്തി പരിശോധന നടത്തി. വാട്ടർ ടാങ്കിൽ നിന്നും കൊല്ലപ്പെട്ട നിലയിൽ ആമിയുടെ മൃതദേഹം കണ്ടെത്തുകയും ചെയ്തു.

ഈ സംഭവത്തോടെ റേച്ചലിന്റെ തിരോധാനത്തിനും ആമിയുടെ കൊലപാതകത്തിനും പിന്നിൽ ഒരാൾ തന്നെയായിരിക്കുമെന്ന് നിഗമനത്തിൽ പവൻ കുമാർ എത്തിച്ചേർന്നു. അങ്ങനെയെങ്കിൽ അവന്റെ ലക്ഷ്യം അവർ മൂന്നു പേരുമാണ്. അവശേഷിക്കുന്ന ഇനിയയെയും അയാൾ അപകടപ്പെടുത്തും. അതിനു മുൻപ് അയാൾ ആരാണെന്നു കണ്ടെത്തണം അതിന് ഇനിയയുടെ സഹായം കൂടിയേ തീരുള്ളൂ.

പെൺകുട്ടികൾ മൂവരും സഞ്ചരിച്ച വഴികളിൽ എവിടെയെങ്കിലും അയാളുടെ സാന്നിധ്യമുണ്ടാകും. അവരോടു ശത്രുത തോന്നൽ തക്കതായ എന്തെങ്കിലും കാരണം ഉണ്ടാകും. അതിനെ കുറിച്ച് കാര്യമായിട്ട് ഒന്ന് ചിന്തിച്ച് നോക്കാൻ ഇനിയയോട് പവൻ കുമാർ പറഞ്ഞു. എത്രയും പെട്ടെന്ന് അവനെ കണ്ടെത്താൻ കഴിഞ്ഞാൽ

ഒരുപക്ഷേ റേച്ചലിനെ രക്ഷിക്കാൻ കഴിഞ്ഞേക്കുമെന്ന് പവൻ പറഞ്ഞപ്പോൾ ഇനിയയ്ക്ക് പേടിയാണ് തോന്നിയത്.

പല സാഹചര്യങ്ങളിലും അവർക്ക് പലരോടും വഴക്കുണ്ടാക്കേണ്ടി വന്നിട്ടുണ്ട് പക്ഷേ അതൊന്നും തങ്ങളെ കൊലപ്പെടുത്താൻ വേണ്ടി മാത്രം ഉള്ളവയൊന്നുമല്ലെന്ന് ഇനിയ പറഞ്ഞു. ആര് എപ്പോൾ എങ്ങനെ പ്രതികരിക്കുമെന്ന് പ്രവചിക്കാൻ സാധിക്കില്ലെന്നായിരുന്നു പവണിന്റെ മറുപടി. അവൾക്ക് സംശയമുള്ളവരുടെ വിവരങ്ങൾ എഴുതി തന്നെ ഏൽപ്പിക്കാൻ പവൻ ഇനിയയോട് ആവശ്യപ്പെട്ടു. കൊലയാളിയെ കണ്ടെത്തുന്നത് വരെ ഇനിയ സൂക്ഷിക്കണമെന്ന് മുന്നറിയിപ്പും നൽകി.

അന്ന് രാത്രി ഇനിയക്ക് ഉറക്കം ഉണ്ടായിരുന്നില്ല. അവൾ ഒരു കടലാസ്സെടുത്ത ശേഷം കഴിഞ്ഞ സംഭവങ്ങൾ ഓരോന്നായി ഓർത്തെടുക്കാൻ തുടങ്ങി. ഓർമ്മയിൽ തെളിയുന്നവ അവൾ കടലാസ്സിൽ കുറിച്ചു. തട്ട് കടയിൽ വയ്ച്ച് വഴക്കിട്ടതും ബാറിലെ സംഭവവും അവർ ഒരുമിച്ച് ബീച്ചിൽ പോയപ്പോൾ കുറച്ച് പേർ അവരുടെ ചിത്രങ്ങൾ പകർത്താൻ ശ്രമിച്ചപ്പോൾ അവരോട് വഴക്കിട്ടതും തുടങ്ങി നിരവധി സംഭവങ്ങൾ അവൾ കുറിച്ചിട്ടു. ഇനിയ ആ ലിസ്റ്റ് പവണിനെ ഏൽപ്പിക്കുകയും ചെയ്തു. ആ ലിസ്റ്റിൽ നിന്നും കണ്ടെത്താൻ കഴിയുന്നവരെയൊക്കെ തേടിപ്പിടിച്ച് പവൻ ചോദ്യം ചെയ്തു. പക്ഷേ അവർക്കാർക്കും റേച്ചലിന്റെ തിരോധാനവുമായി ഒരു ബന്ധവുമില്ലെന്ന് മനസ്സിലാക്കാൻ സാധിച്ചു.

ഭയം കാരണം ജോലിക്ക് പോകാതെ ലീവെടുത്ത് വീട്ടിലിരിപ്പാണ് ഇനിയ. രാത്രി മേരിയോടൊപ്പമാണ് ഉറക്കം. അവൾ മാനസികമായി ആകെ തകർന്നിരുന്നു. ആരാണ് അവരെ വേട്ടയാടുന്നതെന്ന് മനസ്സിലാക്കാൻ കഴിയാത്തതിൽ അവൾക്ക് അതിയായ വിഷമം ഉണ്ടായിരുന്നു. ആമി

നഷ്ടപ്പെട്ടു റേച്ചലിനെയെങ്കിലും ജീവനോടെ കണ്ടെത്തിയേ മതിയാകൂ. പക്ഷേ ഒരെത്തുംപിടിയും കിട്ടുന്നില്ല, മൂന്ന് പേരോടും ഒരുപോലെ പകയുള്ള ആൾ ആരായിരിക്കും.

റേച്ചലിനെ ബന്ധിച്ചിരിക്കുന്ന മുറിയിൽ ഹേമ മെഴുകുതിരികൾ തെളിയിച്ച് മനോഹരമായി അലങ്കരിച്ചിട്ടുണ്ട്. ഒരു ബർത്ത് ഡേ ക്യാപ് എടുത്ത് ഹേമ റേച്ചലിന്റെ തലയിൽ വയ്ച്ചു. എന്തിനാണ് ഹേമ അങ്ങനെ ചെയ്യുന്നതെന്ന് റേച്ചലിന് മനസ്സിലായില്ല.

"ഇന്നത്തെ ദിവസത്തിന്റെ പ്രത്യേകത എന്താണെന്ന് അറിയാമോ? ഇന്നെന്റെ നന്ദുവിന്റെ പിറന്നാളാണ്. നന്ദു ആരാണെന്ന് അറിയണ്ടേ, എന്റെ എല്ലാം.. എല്ലാം.."

നന്ദുവിനെ കുറിച്ചും അവരുടെ ബന്ധത്തെ കുറിച്ചും ഹേമ റേച്ചലിനോട് മനസ്സ് തുറന്നു. ഹേമയും നന്ദുവും അനാഥരായ രണ്ട് ആൺകുട്ടികളായിരുന്നു. ഒരുമിച്ചാണ് അവർ വളർന്നത്, സുഖദുഃഖങ്ങൾ ഒരുമിച്ച് പങ്കിട്ടു. അവർക്ക് അവർ മാത്രമായിരുന്നു കൂട്ട്. നന്ദുവിന് വേണ്ടിയാണ് ഹേമന്ത് ഒരു പെണ്ണാകാൻ തീരുമാനിച്ചതും ഹേമ എന്ന് പേര് മാറ്റിയതും. ഒരു വർഷം മുൻപ് നന്ദുവിന്റെ പിറന്നാൾ ദിവസം കേക്കും ഭക്ഷണവും തയ്യാറാക്കി ഹേമ നന്ദുവിന് വേണ്ടി കാത്തിരിക്കുകയായിരുന്നു. പുറത്ത് സാധനങ്ങൾ വാങ്ങാൻ പോയ നന്ദുവിന്റെ മൊബൈലിൽ ഹേമ വീഡിയോ കോൾ ചെയ്തു.

"നല്ല സുന്ദരിയായിട്ടുണ്ടല്ലോ, കുറച്ച് സാധനങ്ങൾ കൂടി വാങ്ങാനുണ്ട് അതും കൂടി വാങ്ങിയിട്ട് ഞാനുടനേ വരാം" മൊബൈലിൽ ശ്രദ്ധിച്ച് കൊണ്ട് ഒരു വളവിൽ വയ്ച്ച് റോഡ് ക്രോസ്സ് ചെയ്തപ്പോൾ വേഗത്തിൽ വന്ന ഒരു കാർ നന്ദുവിനെ ഇടിച്ച് തെറിപ്പിച്ചു.

ആ കാർ ഓടിച്ചിരുന്നത് റേച്ചലാണ്. ആമി അബോർഷൻ ചെയ്ത ശേഷം ബാറിൽ പോയി ബിയറും വാങ്ങി കഴിച്ച്

കൊണ്ട് വരുന്ന വഴിക്കാണ് സംഭവം നടന്നത്. പട്ടിയോ പൂച്ചയോ മറ്റോ ആകുമെന്നാണ് അവർ കരുതിയത്. പക്ഷേ ഇനിയയ്ക്ക് എന്തോ പന്തികേട് തോന്നി പുറത്തിറങ്ങി നോക്കാൻ തീരുമാനിച്ചു. കാറിൽ നിന്നും ഇറങ്ങി ചെന്ന് നോക്കുമ്പോൾ പിന്നിൽ റോഡിൽ വീണ് മരണവെപ്രാളത്താൽ പിടയുന്ന നന്ദുവിനെ കണ്ട് അവർ ഞെട്ടി.

"ഓഹ് മൈ ഗോഡ് അയാൾക്ക് ജീവനുണ്ട്" ഇനിയ മുന്നോട്ട് പോകാൻ ശ്രമിച്ചപ്പോൾ റേച്ചൽ തടഞ്ഞു.

"നീയെങ്ങോട്ട് പോകുന്നു"

"അയാളെ ഹോസ്പിറ്റലിൽ എത്തിക്കാം"

"വേണ്ട നമുക്കിവിടെ നിന്ന് പോകാം" ആമി ഇനിയയെ തടയാൻ ശ്രമിച്ചു.

അവളുടെ കൈ തട്ടി മാറ്റിക്കൊണ്ട് ഇനിയ നന്ദുവിന്റെ അടുത്തേയ്ക്ക് ചെന്നു.

ഇനിയ അടുത്തെത്തിയപ്പോൾ നന്ദു മെല്ലെ കൈ ഉയർത്തി സഹായം അഭ്യർത്ഥിച്ചു. നന്ദുവിന്റെ തൊട്ടടുത്ത് തെറിച്ച് വീണു കിടക്കുന്ന മൊബൈലിൽ വീഡിയോ കോൾ അപ്പോഴും പ്രവർത്തിക്കുന്നുണ്ടായിരുന്നു. എല്ലാം കണ്ടു കൊണ്ടിരുന്ന ഹേമ നന്ദുവിനെ രക്ഷിക്കൂ എന്ന് ഉറക്കെ വിളിച്ച് പറയുന്നുണ്ടായിരുന്നു. ഇനിയയുടെ അടുത്തേയ്ക്ക് ആമിയും റേച്ചലും മടിയോടെ ചെന്നു.

"നമുക്ക് എത്രയും പെട്ടെന്ന് ഇയാളെ ആശുപത്രിയിൽ എത്തിക്കാം" ഇനിയ അവരോട് പറഞ്ഞു.

"നീയെന്ത് മണ്ടത്തരമാണ് പറയുന്നത്. നമ്മൾ മദ്യപിച്ചിട്ടുണ്ട് ആശുപത്രിയിൽ വയ്ച്ച് ഇയാൾക്ക് എന്തെങ്കിലും സംഭവിച്ചാൽ നമ്മൾ കുടുങ്ങും." ആമി പറഞ്ഞത് റേച്ചലും അംഗീകരിച്ചു.

അവിടെ നിന്ന് പോകുന്നതാണ് ഉചിതമെന്ന് അവർ ഇനിയയോട് പറഞ്ഞു. പക്ഷേ നന്ദുവിനെ ആ അവസ്ഥയിൽ അവിടെ വിട്ടിട്ട് പോകാൻ ഇനിയയുടെ മനസ്സനുവദിച്ചില്ല. നന്ദു അവരെ കണ്ട സ്ഥിതിക്ക് അത് അവർക്ക് ആപത്താണ് എന്ന കാര്യം അവർ ഇനിയയെ പറഞ്ഞു ബോധ്യപ്പെടുത്തി. ഒരുവിധത്തിൽ ഇനിയയെ പിന്തിരിപ്പിച്ച് അവിടെ നിന്നും പോകാൻ തീരുമാനിച്ചു.

മനസ്സില്ലാമനസ്സോടെ ഇനിയ പോകാനായി തിരിഞ്ഞപ്പോൾ മൊബൈലിലെ വീഡിയോ കോൾ ശ്രദ്ധയിൽപ്പെട്ടു. അവളത് റേച്ചലിനെ ചൂണ്ടി കാണിച്ചു. റേച്ചൽ അവിടെ കിടന്ന ഒരു പാറക്കല്ലെടുത്ത് ശക്തിയായി മൊബൈലിൽ എറിഞ്ഞു പൊട്ടിച്ചു.

ഹേമ കഥകളെല്ലാം പറഞ്ഞു കഴിഞ്ഞപ്പോൾ കുറ്റബോധം കൊണ്ട് റേച്ചലിന്റെ കണ്ണ് നിറഞ്ഞു. എങ്ങനെയാണു മാപ്പു പറയേണ്ടതെന്ന് അവൾക്കറിയില്ലായിരുന്നു.

"അന്ന് നന്ദുവിനെ രക്ഷിക്കാനുള്ള മനസ്സ് നിങ്ങൾ കാണിച്ചിരുന്നെങ്കിൽ ഇന്നവൻ എന്റെ ഒപ്പമുണ്ടാകുമായിരുന്നു. നിങ്ങൾ നിങ്ങളുടെ സുരക്ഷ മാത്രമേ നോക്കിയുള്ളൂ. നിങ്ങൾ മൂന്നാളുടെയും മുഖം അന്നെന്റെ കണ്ണിലല്ല മനസ്സിലാണ് പതിഞ്ഞത്. നിങ്ങളെ നിയമത്തിനു മുന്നിലെത്തിക്കാൻ തന്നെ ഞാൻ തീരുമാനിച്ചതാണ്."

നന്ദു മരിച്ച് തൊട്ടടുത്ത ദിവസം വൈകുന്നേരം ഹേമ പോലീസ് സ്റ്റേഷനിൽ വിവരമറിയിക്കാൻ പോയി. സതീശൻ ആയിരുന്നു അന്ന് അവിടെ എസ് ഐ. സ്റ്റേഷനിലെത്തിയ ഹേമ നന്ദുവിന്റേത് അപകട മരണം അല്ലെന്നും മദ്യപിച്ച് കാറോടിച്ച മൂന്ന് പെൺകുട്ടികളാണ് അതിന് പിന്നിലെന്നും സതീശനോട് പറഞ്ഞു. വീഡിയോ കോളിലൂടെ താൻ കണ്ട കാര്യങ്ങളെല്ലാം ഹേമ സതീശനോട് വിശദീകരിച്ചു.

ആ പെൺകുട്ടികളെ ഇനി എവിടെ വയ്ച്ച് കണ്ടാലും തിരിച്ചറിയാൻ പറ്റുമെന്ന് സതീശനോട് ഹേമ പറഞ്ഞു.

"നീയും മരിച്ച നന്ദുവും തമ്മിൽ എന്താ ബന്ധം?" സംശയ ഭാവത്തിൽ സതീശൻ തിരക്കി.

"നന്ദു എന്റെ ഭർത്താവാണ് സാർ"

ഹേമ പറഞ്ഞത് കേട്ടപ്പോൾ അമ്പരപ്പോടെ സതീശൻ ഹേമയെ അടിമുടി നോക്കി.

"ഭർത്താവോ? അപ്പോൾ നീ ആണാണോ അതോ പെണ്ണാണോ?"

"ഇത് മറ്റേതാ സാറേ ട്രാൻസ്ജെന്റർ" കോൺസ്റ്റബിൾ രാജേന്ദ്രൻ ശബ്ദം താഴ്ത്തി സതീശനോട് പറഞ്ഞു.

"ഞാൻ ട്രാൻസ്ജെന്റർ എന്ന് കേട്ടിട്ടേയുള്ളൂ ആദ്യമായിട്ടാ കാണുന്നത്. ഇവർക്കൊക്കെ എങ്ങനെയാ നമ്മളെപ്പോലെ തന്നാണോ അതോ?" സതീശൻ ഹേമയെ പരിഹസിക്കുന്നത് കേട്ട് വനിതാ പോലീസും അറിയാതെ ചിരിച്ചു പോയി.

ടീവിയിലും പത്രത്തിലുമെല്ലാം നന്ദുവിന്റേത് അപകടമരണം ആണെന്ന് വാർത്ത വന്നു. എല്ലാവരും അത് വിശ്വസിക്കുകയും ചെയ്തു. ഒരു തലവേദന ഒഴിഞ്ഞ സമാധാനത്തിൽ ഇരിക്കുമ്പോളാണ് ഹേമ ഇങ്ങനെയൊരു പരാതിയുമായി ചെല്ലുന്നത്. സതീശന് അത് ഒട്ടും ഇഷ്ടമായില്ല.

"ആദ്യം നീ ആണാണോ പെണ്ണാണോ എന്ന് തെളിയിക്ക് അതിനു ശേഷം നോക്കാം ഭർത്താവാണോ ഭാര്യയാണോ എന്നൊക്കെ. അല്ലെങ്കിൽ പിന്നത്തേയ്ക്ക് മാറ്റുന്നതെന്തിനാ ഇപ്പോൾ തന്നെ നോക്കിയേക്കാം"

സതീശൻ വനിതാ പോലീസായ ആലീസിനോട് ചുരിദാർ ഇട്ട് നിൽക്കുന്ന ഹേമയെ പരിശോധിക്കാൻ ആവശ്യപ്പെട്ടു. ആലീസ് അടുത്തേക്ക് ചെന്നപ്പോൾ ഹേമ പിന്നോട്ട് കുതറി മാറി. ദേഷ്യത്തിൽ ഹേമ സതീശന്റെ മുഖത്ത് തുപ്പി. അത്

സതീശന് ഇഷ്ടമായില്ല പോലീസുകാരന്റെ മുഖത്ത് തുപ്പിയ ദേഷ്യത്തിൽ സതീശനും കോൺസ്റ്റബിൾസും ചേർന്ന് ഹേമയെ തല്ലിച്ചതച്ചു. കാലിന്റെ മുട്ടിന് ലാത്തികൊണ്ടുള്ള ശക്തിയായ അടിയേറ്റ് ഹേമ ഉറക്കെ നിലവിളിച്ചു.

തല്ലി അവശനിലയിലാക്കിയ ശേഷം പോലീസുകാർ ഹേമയെ ജീപ്പിലെടുത്തിട്ട് ആളൊഴിഞ്ഞ ഒരു ഭാഗത്ത് കൊണ്ട് പോയി ഉപേക്ഷിച്ചു. ആരുമില്ലാത്ത തന്നെ പോലുള്ളവർക്ക് നിയമം പോലും സഹായത്തിന് ഉണ്ടാകില്ലെന്ന് അന്ന് ഹേമയ്ക്ക് ബോധ്യമായി. നന്ദുവിന്റെ മരണത്തിന് കാരണക്കാരായവരെ താൻ തന്നെ ശിക്ഷിക്കുമെന്ന് ഹേമ ശപഥം ചെയ്തു. അവരെ അന്വേഷിച്ചുള്ള അലച്ചിലായിരുന്നു പിന്നീട്. ഈ മഹാനഗരത്തിൽ ആ മൂന്നു പെൺകുട്ടിക്കളെ തേടി ഹേമ ഒരുപാടലഞ്ഞു. ഒടുവിൽ ഹേമ അവരെ കണ്ടെത്തി. അവരറിയാതെ ഹേമ അവരുടെ പിന്നാലെ തന്നെ ഉണ്ടായിരുന്നു. പിന്നെ ഒരവസരത്തിന് വേണ്ടി ക്ഷമയോടെ കാത്തിരുന്നു. പഴകും തോറും വീര്യമേറുന്ന വീഞ്ഞ് പോലെ അവളുടെ ഉള്ളിലെ പകയും ദിനംപ്രതി പെരുകി വന്നു. ഒടുവിൽ ദൈവം ഹേമയ്ക്ക് വേണ്ടി ഒരവസരമൊരുക്കി.

റേച്ചൽ പ്രിയയെ കാണാനായി പോയ ദിവസം കാർത്തിക് അവളെ കാറിൽ കയറ്റി പോകുന്നത് കണ്ട ഹേമ അവരെ പിന്തുടർന്നു. പാറക്കെട്ടിൽ നിന്നും താഴെ വീണ റേച്ചലിനെ ഉപേക്ഷിച്ച് കാർത്തിക് അവിടെ നിന്ന് പോയപ്പോൾ അവരെ പിന്തുടർന്ന് അവിടെയെത്തിയ ഹേമ വളരെ ബുദ്ധിമുട്ടി താഴേക്ക് വീണ റേച്ചലിന്റെ അടുത്തെത്തി. അബോധാവസ്ഥയിലായിരുന്ന റേച്ചലിനെ അവിടെ നിന്നും എടുത്ത് കാറിലിട്ട് കൊണ്ട് പോയി ഇപ്പോഴുള്ള ആ പഴയ കെട്ടിടത്തിലെ കസേരയിൽ ബന്ധിച്ചു.

ഹേമയുടെ അടുത്ത ലക്ഷ്യം എസ്ഐ സതീശനായിരുന്നു. ഒരു ദിവസം രാത്രിയിൽ തന്റെ ബൈക്കിൽ പുറത്ത് പോയിട്ട് വീട്ടിലേയ്ക്ക് പോവുകയായിരുന്നു സതീശൻ. സാരിയുടുത്ത ഒരു സ്ത്രീ റോഡിലൂടെ ഒറ്റയ്ക്ക് നടന്നു പോകുന്നത് സതീശന്റെ ശ്രദ്ധയിൽപ്പെട്ടു. ആ സ്ത്രീ ഇടത് വശത്തുള്ള ഒരു കുറ്റിക്കാട്ടിലേക്ക് കടന്നപ്പോൾ എന്തോ വശപ്പിശക് തോന്നിയ സതീശൻ അവളെ പിന്തുടർന്ന് അങ്ങോട്ട് ചെന്നു. ബൈക്കിൽ നിന്നും ഇറങ്ങി അവൾ പോയ ഭാഗത്തേയ്ക്ക് സതീശൻ നടന്നു ചെന്നു. സതീശൻ അടുത്തെത്തി എന്നറിഞ്ഞപ്പോൾ ആ സ്ത്രീ തിരിഞ്ഞു നോക്കി. മുഖം കണ്ടപ്പോഴാണ് അത് ഹേമയാണെന്ന് സതീശന് മനസ്സിലായത്. ഒരുനിമിഷം ഞെട്ടലോടെ നിന്ന സതീശന്റെ കഴുത്തിലേയ്ക്ക് ഹേമ ഒരു കത്തി ആഞ്ഞു വീശി. കഴുത്തറ്റ സതീശൻ നിലത്തേക്ക് വീണു പിടഞ്ഞു. ഹേമ സതീശന്റെ ദേഹത്ത് കയറിയിരുന്ന് കൈകൊണ്ട് അവന്റെ നാവ് പുറത്തേക്ക് വലിച്ച ശേഷം കത്തികൊണ്ട് അറുത്ത് മാറ്റി. തന്നെ അസഭ്യം പറഞ്ഞ ആ നാവ് ഹേമ വെറുപ്പോടെ നിലത്തേക്ക് വലിച്ചെറിഞ്ഞു. സമീപത്തുണ്ടായിരുന്ന ഒരു പാറക്കല്ലെടുത്തു സതീശന്റെ കാൽമുട്ടിൽ ശക്തിയായി അടിക്കുകയും ചെയ്തു. സതീശൻ മരിക്കുന്നത് വരെ ഹേമ തല്ലി വാശി തീർത്തു.

അടുത്ത പ്രതികാരം ആമിയോടായിരുന്നു. അതിനു വേണ്ടി ഉറക്കമില്ലാതെ ഒരവസരം കാത്തിരിക്കുകയായിരുന്നു ഹേമ. ഒരു രാത്രി ആമി തന്റെ പുതിയ ബോയ് ഫ്രണ്ട് മനുവിനോട് സംസാരിച്ച് കൊണ്ടിരുന്നപ്പോൾ മുറിയിൽ നെറ്റ്‌വർക്ക് ഇല്ലാത്തത് കൊണ്ട് പുറത്തിറങ്ങി ടെറസ്സിലേയ്ക്ക് പോയി. അവിടെ നിന്നും സംസാരിച്ച് കൊണ്ട് നിന്നപ്പോൾ ലൈറ്റ് വെട്ടത്തിൽ ഒരു നിഴൽ കണ്ട് പെട്ടെന്നവൾ ഞെട്ടിത്തിരിഞ്ഞു. അടുത്ത നിമിഷം പിന്നിൽ ഊരിപ്പിടിച്ച കത്തിയുമായി നിന്ന

ഹേമ ആമിയുടെ നേർക്ക് കത്തി ആഞ്ഞു വീശി. തുരുതുരെ അവളുടെ ദേഹത്ത് കുത്തി മുറിവേൽപ്പിച്ച് കൊലപ്പെടുത്തിയ ശേഷം മൃതദേഹം വാട്ടർ ടാങ്കിൽ എടുത്തിട്ടു. ആമിയുടെ മൊബൈലും ചവിട്ടി പൊട്ടിച്ചു.

അടുത്ത ഊഴം വനിതാ പോലീസായ ആലീസിന്റേതായിരുന്നു. നന്ദുവിന്റെ ആത്മാവ് തന്നോടൊപ്പമുണ്ടെന്ന് ഹേമ വിശ്വസിക്കുന്നുണ്ട്. അതുകൊണ്ടാകാം ശത്രുക്കളെല്ലാം തന്റെ മുന്നിലേക്ക് വന്നു ചാടുന്നത്. ആലീസിനെ പിടികൂടി ഒരു തൂണിൽ ബന്ധിച്ച ശേഷം അവളുടെ യൂണിഫോം മാറ്റി പകരം ഒരു കറുത്ത വസ്ത്രം ധരിപ്പിക്കാൻ ഹേമ ശ്രമിച്ചപ്പോൾ ആലീസ് പ്രതികരിച്ചു.

"അപ്പോൾ നിന്റെ ദേഹത്ത് തൊട്ടാൽ നിനക്ക് പൊള്ളും അല്ലേ, ഈ വേഷം നിനക്ക് ഒട്ടും യോജിക്കുന്നില്ല. വനിതകളെ സംരക്ഷിക്കാൻ കൂടി വേണ്ടിയുള്ളതാണ് വനിതാപോലീസ്. അല്ലാതെ അപമാനിക്കാൻ വേണ്ടിയുള്ളതല്ല. എന്നെ അവർ നായയെ പോലെ തല്ലിച്ചതച്ചപ്പോൾ ഒരുവാക്ക് മിണ്ടാതെ നീയും അവർക്ക് കൂട്ട് നിന്നു. ഇന്ന് അതിനുള്ള ശിക്ഷ നീ അനുഭവിക്കാൻ പോവുകയാണ്"

ഹേമ ആലീസിനെ കറുത്ത വസ്ത്രമണിയിച്ച് ഒരു പട്ടിക്കൂട്ടിൽ അടച്ചിട്ടു അതിന് ശേഷം ഭീമാകാരനായ ഒരു നായയെ ആ കൂട്ടിലേക്ക് ഇറക്കി വിട്ടു. ആ നായ ആലീസിനെ ആക്രമിച്ചു ആലീസിന്റെ ഉറക്കെയുള്ള നിലവിളി കേട്ട് ഹേമ ആനന്ദിച്ചു.

ഈ കഥകളൊക്കെ കേട്ട് ഭയന്ന് വിറച്ചിരിക്കുന്ന റേച്ചലിന്റെ വായിലെ കെട്ട് ഹേമ അഴിച്ച് മാറ്റി.

"ഞങ്ങൾക്ക് ഒരബദ്ധം പറ്റിയതാണ്, മനഃപൂർവ്വമല്ല ഞങ്ങൾ ശെരിക്കും പേടിച്ച് പോയി" റേച്ചൽ കണ്ണുനീരോടെ കുമ്പസരിച്ചു.

"മുന്നോട്ടുള്ള ജീവിതം ഓർക്കുമ്പോൾ മരിക്കാൻ എല്ലാവർക്കും പേടിയാണ്. നമ്മളെ കാത്തിരിക്കുന്നവർ, സ്നേഹിക്കുന്നവർ അവരെക്കുറിച്ചോർക്കുമ്പോൾ മരണത്തെ എല്ലാവർക്കും പേടിയാണ്. ജീവന് വേണ്ടി അവൻ നിങ്ങളോട് കേണപേക്ഷിച്ചു. പക്ഷേ നിങ്ങൾക്ക് നിങ്ങളുടെ ജീവിതമായിരുന്നു വലുത്. അവനു വേണ്ടി കാത്തിരിക്കുന്നവരെക്കുറിച്ച് നിങ്ങളോർത്തില്ല, പിറന്നാൾ ദിവസം തന്നെ എന്റെ നന്ദു..." പറഞ്ഞു മുഴുമിപ്പിക്കാനാകാതെ ഹേമ പൊട്ടിക്കരഞ്ഞു.

മൂന്ന് പെൺകുട്ടികൾ ചേർന്ന് ചെയ്ത തെറ്റ് ഹേമയെ വീണ്ടും അനാഥയാക്കി. ജീവിക്കുവാനുള്ള ഹേമയുടെ ആഗ്രഹങ്ങളെ എന്നെന്നേക്കുമായി നശിപ്പിക്കുകയാണ് അവർ ചെയ്തത്. അതിന് വലിയ വിലകൊടുക്കേണ്ടി വരും എന്ന് അന്നവരോർത്തില്ല.

ഈ സമയം ഇനിയ അവരുടെ ജീവിതത്തിലുണ്ടായ ഓരോ സംഭവങ്ങൾ ഓർത്തെടുക്കുന്നതിനിടയിൽ അന്നത്തെ കാറപകടവും ഓർമ്മയിൽ തെളിഞ്ഞു. പോലീസും പത്രവും ചാനലും അപകടമരണമെന്ന് പറഞ്ഞു എഴുതിത്തള്ളിയ ആ സംഭവത്തെ അവർ മറന്നു കഴിഞ്ഞിരുന്നു. പക്ഷേ ഇപ്പോൾ ഇനിയ്ക്ക് അതോർത്തപ്പോൾ ഒരു സംശയം തോന്നി.

ഇനിയ പവൻ കുമാറിനെ ഫോണിൽ വിളിച്ച ശേഷം നേരിൽ കാണണം എന്ന് പറഞ്ഞു. അതിന് ശേഷം അവൾ പവണിനെ കണ്ട് കാര്യങ്ങൾ തുറന്നു പറഞ്ഞു. എല്ലാം കേട്ട് കഴിഞ്ഞപ്പോൾ പവണിന് എന്തൊക്കെയോ സംശയങ്ങൾ തോന്നി. സതീശന്റെ കൊലപാതകവും ആലീസിന്റെ തിരോധാനവും എല്ലാംകൂടി കൂട്ടിവായിച്ചു നോക്കിയപ്പോൾ ഹേമയിലേയ്ക്ക് തന്നെ പവൻ കുമാർ ചെന്നെത്തി. അന്നുണ്ടായ സംഭവങ്ങൾ ഒരു കോൺസ്റ്റബിളിൽ നിന്നും മനസ്സിലാക്കിയ പവൻ ഒട്ടും വൈകാതെ തന്നെ ഇനിയയേയും

കൂട്ടി ഒരു അന്വേഷണത്തിനിറങ്ങി.

ഒരു തട്ടുകടക്കാരനിൽ നിന്നും ഹേമയെ കുറിച്ചുള്ള കാര്യങ്ങൾ പവൻ ചോദിച്ച് മനസ്സിലാക്കി. പോലീസുകാർ തല്ലി അവശനിലയിലാക്കി റോഡിലുപേക്ഷിച്ച ഹേമയെ ആ തട്ടുകടക്കാരനാണ് ഒരു വൈദ്യന്റെ അടുത്ത് കൊണ്ട് പോയതും വേണ്ട സഹായങ്ങളൊക്കെ ചെയ്തു കൊടുത്തതും.

ഈ സമയം കസേരയിൽ കെട്ടിയിട്ടിരിക്കുന്ന റേച്ചലിന്റെ മുഖത്തേയ്ക്ക് ഹേമ അവിടെയിരുന്ന കേക്കിന്റെ ക്രീമെടുത്ത് പുരട്ടി. അവളുടെ മുഖത്തും കഴുത്തിലുമെല്ലാം ക്രീം പുരട്ടി.

"നന്ദു എന്നെ വിട്ടു പോയിട്ട് ഇന്ന് ഒരു വർഷം തിരക്കുന്നു. അന്ന് ആഘോഷിക്കാൻ കഴിയാതെ പോയ പിറന്നാൾ ഇന്ന് ഞാൻ ആഘോഷിക്കാൻ പോവുകയാണ്"

ഒച്ചയുണ്ടാക്കാതിരിക്കാൻ റേച്ചലിന്റെ വായിൽ ഒരു ടേപ്പ് ഒട്ടിച്ചിട്ടുണ്ട്. ഒരു കത്തി കൈയിലെടുത്ത് ഹേമ റേച്ചലിന്റെ കവിളിൽ ചെറിയൊരു മുറിവേൽപ്പിക്കുന്നു.

"ഹാപ്പി ബർത്ത് ഡേ ഡിയർ നന്ദു" ഹേമ വേദന കടിച്ചമർത്തിയിരിക്കുന്ന റേച്ചലിന്റെ കഴുത്തിൽ കത്തി ചേർത്ത് വയ്ച്ചു.

"ഐ ലവ് യു നന്ദു" ഹേമ റേച്ചലിന്റെ കഴുത്തറുക്കാൻ ശ്രമിക്കുമ്പോൾ പെട്ടെന്ന് ഒരു വെടിയൊച്ച കേട്ട് ഹേമ ഞെട്ടി.

പവൻ കുമാറും ഇനിയയും അങ്ങോട്ട് ഓടിയെത്തി. അവരെ കണ്ട് ഹേമ അമ്പരന്നു. അവൾ അവരെ അവിടെ ഒട്ടും പ്രതീക്ഷിച്ചിരുന്നില്ല. റേച്ചലിന്റെ വലത് വശത്തായി ഇടത് കൈയിൽ കഴുത്തിന് നേരെ കത്തിയും നീട്ടിപ്പിടിച്ച് നിൽക്കുന്ന ഹേമയെ കണ്ടപ്പോൾ ഇനിയയ്ക്ക് പേടി തോന്നി.

"ഹേമ അവിവേകം കാണിക്കരുത്. അവൾ തെറ്റ് ചെയ്തിട്ടുണ്ടെങ്കിൽ തീർച്ചയായും അവളെ നിയമത്തിന് മുന്നിലെത്തിച്ച് ശിക്ഷ വാങ്ങി കൊടുക്കും ഇതെന്റെ

വാക്കാണ്"

പവൻ കുമാർ പറഞ്ഞത് ഒരു പരിഹാസചിരിയോടെ കേട്ട ശേഷം ഹേമ റേച്ചലിനെ കൊലപ്പെടുത്താൻ ശ്രമിച്ചു. തൊട്ടടുത്ത നിമിഷം അപകടം മനസ്സിലാക്കിയ പവൻ ഹേമയ്ക്ക് നേരെ നിറയൊഴിച്ചു. ഹേമ നിലത്തേക്ക് മറിഞ്ഞു വീണു. ഹേമയുടെ കണ്ണുകളിൽ നിന്നും കണ്ണുനീർ നിലത്തേക്ക് പതിച്ചു. ആ കണ്ണുകൾ മെല്ലെ അടഞ്ഞു.

റേച്ചലിനെ രക്ഷിക്കാൻ കഴിഞ്ഞെന്ന ആത്മവിശ്വാസത്തോടെ ഇനിയ റേച്ചലിനെ നോക്കിയപ്പോൾ അവളുടെ കഴുത്തിൽ പുരട്ടിയിരിക്കുന്ന കേക്കിന്റെ വെളുത്ത ക്രീം ചുവക്കാൻ തുടങ്ങി. പവൻ ഹേമയ്ക്ക് നേരെ നിറയൊഴിച്ച സമയത്ത് ഹേമ റേച്ചലിന്റെ കഴുത്തിന് അഭിമുഖമായി നീട്ടിപ്പിടിച്ചിരുന്ന കത്തി അവളുടെ കഴുത്തറുത്ത് കൊണ്ടാണ് കടന്നു പോയത്. റേച്ചൽ കൊല്ലപ്പെട്ടു എന്നറിഞ്ഞ ഇനിയ ഉറക്കെ നിലവിളിച്ചു. റേച്ചലിനെ രക്ഷിക്കാനാകാത്ത നിരാശയോടെ പവൻ കുമാർ തലകുനിച്ച് നിന്നു. തന്റെ പ്രതികാരം പൂർത്തിയാക്കിയ ആത്മവിശ്വാസത്തോടെ ഹേമയുടെ ആത്മാവ് നന്ദുവിന്റെ ലോകത്തിലേയ്ക്ക് യാത്രയായി.

2

തോട്ടയ്ക്കാട് ഗ്രാമ വാസികളുടെ ഏറെ നാളത്തെ സ്വപ്നമായ പോലീസ് സ്റ്റേഷന്റെ ഉത്ഘാടനം മുഖ്യമന്ത്രി നിർവഹിച്ചു എന്ന വാർത്ത നാട്ടുകാർക്ക് ഏറെ സന്തോഷം ഉളവാക്കുന്നതായിരുന്നു. ഒരു പോലീസ് സ്റ്റേഷൻ അവിടെ എന്തു കൊണ്ടും ആവശ്യമായിരുന്നു. പക്ഷേ പോലീസ് സ്റ്റേഷൻ വന്നത് ചിലർക്കൊക്കെ ഒരടിയായി. ഹെൽമറ്റ് വയ്ക്കാതെ വണ്ടി ഓടിച്ചിരുന്ന വിരുതന്മാർക്ക് പെറ്റി കിട്ടി.രാത്രി മദ്യപിച്ച് തുണിയഴിച്ച് റോഡിൽ കൂത്താട്ടം നടത്തിയിരുന്നവർക്കും രാത്രി മതിൽ ചാട്ടം നടത്തിയിരുന്ന പകൽമാന്യന്മാർക്കും പ്രധാന വിനോദം നഷ്ടമായി.

പോലീസ് സ്റ്റേഷൻ തുറന്ന് മാസം ഒന്ന് കഴിഞ്ഞിട്ടും പെറ്റി കേസുകൾ അല്ലാതെ നല്ലൊരു തല്ലു കേസോ കുത്തു കേസോ മോഷണ കേസോ കിട്ടാത്തതിൽ സ്ഥലം മാറി വന്ന എസ്.ഐ.ഷിബു സാറിന് ഒരു മനോവിഷമം ഉണ്ടായിരുന്നു. നാട്ടിലെ പുത്തൻ പണക്കാരനായ ബിജുവിന് ചൊവ്വാ ദോഷം കാരണം 34 വയസ്സ് എത്തിയിട്ടും പെണ്ണ് കിട്ടാത്തതിലുള്ള സങ്കടം തീർക്കാൻ അമ്മ തങ്കമ്മ നടത്തിയ വഴിപാടുകൾക്ക് ഒടുവിൽ ഫലം കിട്ടി. ഇരുപതുകാരിയും സുന്ദരിയുമായ ചിന്നു എന്ന് വിളിപ്പേരുള്ള ചൈത്രയെ പത്തിൽ എട്ട് പൊരുത്തത്തോടു കൂടി ബിജുവിന് വിവാഹം ഉറപ്പിച്ചു.

ഗൾഫിൽ നിന്നും ഒന്നര മാസത്തെ ലീവിൽ നാട്ടിലെത്തിയ ബിജു ഏറ്റവും അടുത്ത മുഹൂർത്തത്തിൽ തന്നെ ചിന്നുവിന്റെ കഴുത്തിൽ താലി ചാർത്തി. കറുത്ത് പൊക്കം കുറഞ്ഞു കാണാൻ വലിയ സൗന്ദര്യമൊന്നും ഇല്ലാത്ത ബിജുവിന് ലോട്ടറി അടിച്ചെന്നാണ് നാട്ടിലാകെ സംഭാഷണം. ചിന്നുവിന് ആവശ്യത്തിന് പൊക്കവും അത്യാവശ്യം തടിയും ആരും നോക്കി നിന്നുപോകുന്ന സൗന്ദര്യവും ഉണ്ട്. പഠിച്ച് ഒരു ജോലി വാങ്ങണം എന്നതായിരുന്നു ചിന്നുവിന്റെ ആഗ്രഹം. പക്ഷെ പഴഞ്ചൻ ചിന്താഗതിക്കാരായ അവളുടെ മാതാപിതാക്കൾക്ക് എത്രയും പെട്ടെന്ന് കെട്ടിച്ചു വിട്ടാൽ മതി എന്നായിരുന്നു. കെട്ടുന്നവന്റെ സ്വഭാവ മഹിമ പോലും തിരക്കിയില്ല. ഗൾഫിലാണെന്നറിഞ്ഞപ്പോൾ പൂത്ത കാശുണ്ടെന്നറിഞ്ഞു പിന്നെ ഒന്നും അന്വേഷിച്ചില്ല.

ചിന്നുവിന് ജീവിതത്തെ പറ്റി യാതൊരു ഐഡിയയും ഇല്ല. പറഞ്ഞിട്ടെന്ത് കാര്യം അവളുടെ സമ്മതം ആര് നോക്കാൻ.

"ഇതിനൊക്കെ ഒരു യോഗം വേണം" കിട്ടാത്ത മുന്തിരി പുളിക്കും എന്ന മട്ടിൽ പലരും അവരെ കാണുമ്പോൾ നെടുവീർപ്പിടാറുണ്ട്.

കൈയിൽ കിട്ടിയ പാൽപ്പായസം കൊതി നോക്കി ഇരിക്കാതെ ആദ്യരാത്രി തന്നെ ബിജു പണിയൊപ്പിച്ചു. ചിന്നുവിന്റെ സമ്മതത്തിനും ഇഷ്ടത്തിനും കാത്ത് നിന്നില്ല. വീട്ടുകാരെ വിട്ടു വന്ന വിഷമവും അന്നേ ദിവസത്തെ ഫോട്ടോഷൂട്ടിന്റെ ക്ഷീണവുമെല്ലാം അവൾക്ക് തലവേദന ഉണ്ടാക്കിയിരുന്നു. സ്വസ്ഥമായിട്ട് ഒന്നുറങ്ങാൻ എന്ന് കരുതിയതാണ് പാവം. ഇത്രനാളും അടക്കിപ്പിടിച്ച് വച്ചിരുന്ന കാമഭ്രാന്ത് മുഴുവൻ ബിജു ഒരൊറ്റ രാത്രി കൊണ്ട് അവളിൽ തീർത്തു. തന്നെക്കാൾ പതിനാലു വർഷത്തെ മൂപ്പുള്ളയാളെ എതിർക്കാൻ അവളുടെ മനസ്സ് അനുവദിച്ചില്ല. കാര്യം കഴിഞ്ഞ് വിയർത്ത് അവശനായി ബിജു കട്ടിലിന്റെ ഒരറ്റത്തേയ്ക്ക്

ചാഞ്ഞു. ചിന്നുവിന്റെ കണ്ണുകളിൽ നിന്നും ഇറ്റു വീണ കണ്ണുനീർ തലയിണയിൽ അലിഞ്ഞിറങ്ങി. എവറസ്റ്റ് കൊടുമുടി കീഴടക്കിയ ആവേശത്തോടെ ബിജു സുഖമായി ഉറങ്ങി.

നേരം പുലർന്നത് അറിഞ്ഞത് അമ്മായി തങ്കമ്മയുടെ ഒച്ച കേട്ടാണ്.

"മണി 8 ആയി ഇതുവരെ എഴുന്നേക്കാറായില്ലേ"

ചിന്നു ചാടി എഴുന്നേറ്റു.

കട്ടിലിൽ തുണിയില്ലാതെ കമിഴ്ന്നു കിടക്കുന്ന ബിജുവിനെ കണ്ടപ്പോൾ ആദ്യം ചമ്മലാണ് തോന്നിയത്. പിന്നെ നിലത്തു കിടന്ന കൈലിയെടുത്ത് പുതപ്പിച്ചിട്ട് ചിന്നു പുറത്തേക്കിറങ്ങി.

പുറത്തിറങ്ങിയപ്പോൾ തങ്കമ്മ ചിന്നുവിനെ അടിമുടിയൊന്നു നോക്കി. അവളാകെ ചൂളിപ്പോയി. നൈറ്റി നേരെ പിടിച്ചിട്ട് അവൾ ഒരു പുഞ്ചിരി പാസ്സാക്കി.

"ഏഴ് മണിക്ക് എങ്കിലും എഴുന്നേൽക്കണം.ഇങ്ങനെ കിടന്നുറങ്ങുന്നത് ലക്ഷണക്കേടാണ്. വീട്ടിലും ഇങ്ങനാണോ"

"അല്ല ക്ഷീണം കൊണ്ട് ഉറങ്ങിപ്പോയതാ"

എന്ത് ക്ഷീണം എന്ന മട്ടിൽ തങ്കമ്മ അവളെ അർത്ഥം വച്ചു നോക്കിയ ശേഷം കോൾഗേറ്റ് എടുത്ത് കൊടുത്തു.

"പല്ല് തേച്ചിട്ട് മുറ്റമൊക്കെ ഒന്ന് വൃത്തിയാക്കു."

ശെരി എന്ന് ചിന്നു തലയാട്ടി.

മരുമകൾ എന്നതിനേക്കാൾ ഒരു ജോലിക്കാരി എന്ന സ്ഥാനമായിരുന്നു ആ വീട്ടിൽ അവൾക്ക്. അവൾ വന്നതോടെ തങ്കമ്മ അടുക്കളയിൽ നിന്നും രാജി വച്ചു. ഒരു ചായ പോലും ഉണ്ടാക്കാൻ അറിഞ്ഞു കൂടാതിരുന്ന ചിന്നു യൂട്യൂബ് നോക്കി എല്ലാം പഠിച്ചു.

ഒരു മാസം കൂടി കഴിഞ്ഞാൽ ബിജുവിന്റെ ലീവ് തീരും തിരിച്ച് ഗൾഫിൽ പോയാൽ രണ്ട് വർഷം കഴിഞ്ഞേ വരാൻ പറ്റുള്ളൂ. അതുകൊണ്ട് തന്നെ ഉള്ള സമയം തകർക്കാൻ തന്നെ ബിജു തീരുമാനിച്ചു. രാത്രി കൂടാതെ പകൽ നേരം കിട്ടുമ്പോഴും ചിന്നുവിനെ മുറിയിൽ കയറ്റി കാര്യം സാധിക്കും. ഒരു മാസം കൊണ്ട് തന്നെ രണ്ടാൾക്കും സെക്സ് മടുത്തു എന്ന് വേണം പറയാൻ.

ഒടുവിൽ ലീവ് തീർന്ന് ബിജു ഗൾഫിൽ പോയി. ആ വീട്ടിൽ ചിന്നുവും തങ്കമ്മയും മാത്രമായി. തങ്കമ്മയുടെ ഭർത്താവ് അവളുടെ കയ്യിലിരിപ്പ് കൊണ്ട് പണ്ടേ ഉപേക്ഷിച്ച് പോയതാണ്. ഭർത്താവ് ഗൾഫിൽ പോകുമ്പോൾ മിക്ക ഭാര്യമാർക്കും സങ്കടം തോന്നാറുണ്ട്. എന്നാൽ ചിന്നുവിന്റെ കാര്യത്തിൽ നേരെ തിരിച്ചാണ്. അയ്യാളുടെ പീഡനത്തിൽ നിന്ന് മോചനം കിട്ടിയ സന്തോഷത്തിലാണ് അവൾ. ശരീരത്തിലെല്ലാം നഖം കൊണ്ട് മുറിഞ്ഞ പാടുകൾ മാത്രമേ ഉള്ളൂ. ഇനി ഏതായാലും രണ്ടു വർഷത്തേക്ക് ശല്യം ഉണ്ടാകില്ല.

ചിന്നു നാട്ടിൽ എല്ലാവരുമായും നല്ല സഹകരണമാണ്. എല്ലാവരോടും മിണ്ടും. അത് കൊണ്ട് തന്നെ എല്ലാവർക്കും അവളെ വലിയ ഇഷ്ടവും ആണ്. ചിന്നു പാല് വാങ്ങാൻ പോകുന്ന കടയിൽ ശങ്കരൻ എന്നൊരു അറുപത്തൊന്ന് വയസ്സുകാരൻ വരാറുണ്ട്. അയാൾക്ക് അവളെ വലിയ കാര്യമാണ്. ചിന്നുവും അയാളോട് മിണ്ടാറുണ്ട്.

"കല്യാണം കഴിഞ്ഞു വന്ന സമയത്ത് മെലിഞ്ഞിട്ടായിരുന്നു ഇപ്പോൾ നല്ല തടി വച്ചു. പെൺപിള്ളേരായാൽ ഇതുപോലെ തടിയൊക്കെ വേണം. മോളിനി കുറക്കാനൊന്നും നിൽക്കണ്ട."

"ഇനി കുറക്കാൻ നോക്കിയാലും പെട്ടെന്ന് കുറയത്തില്ല" പാലും വാങ്ങി ചിന്നു തിരിഞ്ഞു നടക്കുമ്പോൾ ശങ്കരൻ അവൾ നടക്കുന്നത് നോക്കി ഇരുന്നു.

ശങ്കരന്റെ വീട്ടിൽ പോകാൻ എളുപ്പ വഴി ഉണ്ടെങ്കിലും കുറച്ച് ദിവസമായിട്ട് ചിന്നുവിന്റെ വീടിന് സമീപത്തുള്ള വഴിയിലൂടെ ശങ്കരൻ പോകാറുള്ളൂ. അവിടെയെത്തുമ്പോൾ ചിന്നു പുറത്തെങ്ങാനും നിൽപ്പുണ്ടോ എന്ന് നോക്കും. ഉണ്ടെങ്കിൽ എന്തെങ്കിലും കുശലം തിരക്കും. ആദ്യമാദ്യം ചിന്നു അതൊന്നും കാര്യമായി എടുത്തില്ല. പക്ഷെ പോകെപ്പോകെ അവൾക്ക് എന്തോ പന്തികേട് തോന്നി.പിന്നീട് ആ വഴി ശങ്കരൻ വരുന്നത് കണ്ടാൽ അവൾ ഉടനെ വീട്ടിനകത്തേക്ക് ഓടിക്കയറും.

ആരോടെങ്കിലും ഇതൊന്ന് പറയണം എന്നുണ്ട് അവൾക്ക്. പക്ഷേ പേടി കാരണം ആരോടും പറഞ്ഞില്ല. പിന്നെ ചിന്തിച്ചപ്പോൾ പറയാതിരുന്നാൽ അത് പിന്നീട് ഇതിലും വലിയ പുലിവാലായാലോ എന്ന് പേടിച്ച് തങ്കമ്മയോട് കാര്യം പറഞ്ഞു

പിറ്റേന്ന് അതുവഴി പോയ ശങ്കരനോട് ഇനി ഇതുവഴി വരരുതെന്ന് തങ്കമ്മ വിലക്കി. പിന്നീട് ശങ്കരൻ ആ വഴി വന്നിട്ടില്ല. പക്ഷേ പാല് വാങ്ങാൻ കടയിൽ ചെല്ലുന്ന ചിന്നുവിനെ ഏറു കണ്ണിട്ട് നോക്കാറുണ്ട്.ചിന്നു ശ്രദ്ധിക്കാറില്ല. ചിന്നു നടന്നു പോകുമ്പോൾ നോക്കി വെള്ളമിറക്കി ഇരിക്കും.

"പെണ്ണിന്റെ കുണ്ടിക്ക് നല്ല ആട്ടമാ അല്ലേ"കടക്കാരൻ പറഞ്ഞത് കേട്ട് ശങ്കരൻ പെട്ടെന്ന് തല വെട്ടിച്ചു.

"പറഞ്ഞിട്ടെന്താ ഇതും ഇവിടെ വച്ചിട്ട് അവൻ ഗൾഫിൽ പോയി കിടക്കുകയയല്ലേ"

ഗൾഫുകാരനൊക്കെ ആണെങ്കിലും ബിജു പൈസയുടെ കാര്യത്തിൽ പിശുക്കനാണ്. പഴയ ഷീറ്റിട്ട വീട് ഇപ്പോളും അത് പോലെ തന്നെ ഉണ്ട്. വൈകുന്നേരം തുണി കഴുകി പുറത്ത് അയയിൽ ഉണക്കാനിട്ടിരുന്ന ചിന്നു രാവിലെ എഴുന്നേറ്റു ചെന്ന് നോക്കുമ്പോൾ ജെട്ടി കാണാനില്ല. അവിടെയെല്ലാം നടന്നു നോക്കി. കാക്കയോ മറ്റോ കൊത്തി മറിച്ചു ഇട്ടിട്ടുണ്ടോ

എന്ന്. പക്ഷെ അവിടെയെങ്ങും ജെട്ടി കണ്ടില്ല.

"അത് പിന്നെ എവിടെ പോയി.നീല കളറിൽ ആകെ ഒരെണ്ണം ഉണ്ടായിരുന്നതാ."

തങ്കമ്മയോട് തന്റെ ജെട്ടി അവിടെ എവിടെയെങ്കിലും കിടക്കുന്നത് കൊണ്ടൊന്നു ചിന്നു തിരക്കി.

"ഇവിടെയെങ്ങും ജെട്ടിയും കണ്ടില്ല വട്ടിയും കണ്ടില്ല."

ചോദിക്കേണ്ടതില്ലായിരുന്നു എന്ന് തോന്നി ചിന്നുവിന്.

തൊട്ടടുത്ത ദിവസവും രാവിലെ ചെന്ന് നോക്കുമ്പോൾ ഒരു ജെട്ടിയും ബ്രായും കാണാനില്ല. അതും പുതുപുത്തൻ ജട്ടി. ആകെപ്പാടെ ഇട്ടത് ഒരു ദിവസമാണ്. ഇത് കാക്കയുടെ പണി അല്ല എന്ന് അവൾക്ക് മനസ്സിലായി.

"ദൈവമേ പുതിയ ജെട്ടി ആയിരുന്നു.അത് ആരെടുത്തു കൊണ്ട് പോയത്"

തങ്കമ്മയോട് പറഞ്ഞിട്ട് പ്രത്യേകിച്ച് കാര്യമൊന്നും ഇല്ലെന്ന് അറിയാവുന്നത് കൊണ്ട് അവൾ പറഞ്ഞില്ല.രാത്രി പെണ്പിള്ളേരുടെ അടിവസ്ത്രങ്ങൾ എടുത്ത് കൊണ്ട് പോകുന്നവരെ കുറിച്ച് കേട്ടിട്ടുണ്ട്. "ഇവമ്മാർ ഇത് കൊണ്ട് പോയിട്ട് എന്ത് കാട്ടാനാണ്, തെണ്ടികൾ" ചിന്നുവിന് കലിവന്നു.

പിന്നെ കുറച്ചു ദിവസത്തേക്ക് അടിവസ്ത്രങ്ങൾ പുറത്ത് ഇട്ടില്ല. 7 മണി ആകുമ്പോൾ തന്നെ അയയിൽ നിന്നെടുത്ത് അകത്തിടും. ഉണങ്ങാത്തതു ഫാനിന്റെ അടുത്ത് വച്ചുണക്കും. ഒരാഴ്ച കഴിഞ്ഞപ്പോൾ അടി വസ്ത്രങ്ങൾ പുറത്തിടാത്തത് കൊണ്ട് ഇനി എടുക്കാൻ അയ്യാൾ വരില്ലെന്ന് കരുതി ചിന്നു ഉണങ്ങാത്ത രണ്ട് ജെട്ടിയും ഒരു ബ്രായും പുറത്ത് ഇട്ടു.

നേരം വെളുത്തപ്പോൾ ഒരു ജെട്ടി മാത്രം ഉണ്ട്. ഇതിങ്ങനെ വിട്ടാൽ പറ്റില്ലെന്ന് മനസ്സിലായ ചിന്നു നേരെ പോലീസ് സ്റ്റേഷനിൽ ചെന്നു. ഒരു പരാതിക്ക് കൺപാർത്തിരുന്ന എസ്.ഐ.ഷിബുവിന് ചിന്നുവിനെ കണ്ടപ്പോൾ

ആശ്വാസമായി. ആദ്യമായി ഒരു പെണ്ണ് പരാതിയുമായി വന്നിരിക്കുന്നു. പെണ്ണായത് കൊണ്ട് തന്നെ എന്തെങ്കിലും വലിയൊരു കാര്യം കാണാതിരിക്കില്ല.

പക്ഷെ ചിന്നുവിന്റെ പരാതി കേട്ട ഷിബു ചമ്മിപ്പോയി. ആദ്യമായി വന്നത് ജെട്ടിക്കേസ്. കേട്ടപ്പോൾ ചിരിയാണ് വന്നതെങ്കിലും സ്ത്രീകളെ ബഹുമാനിക്കേണ്ടത് ആവശ്യമാണെന്ന് അറിയാവുന്ന ഷിബു ജെട്ടി മോഷ്ടിച്ചത് ആരായാലും അവനെ കണ്ടെത്തും എന്ന ഉറപ്പോടെ കേസ് രജിസ്റ്റർ ചെയ്തു. നഷ്ടപ്പെട്ട ജെട്ടിയുടെ നിറവും സൈസുമെല്ലാം വനിതാ കോൺസ്റ്റബിൾ എഴുതി വാങ്ങി. താനിവിടെ എസ്.ഐ.ആയിട്ട് ഉള്ളിടത്തോളം കാലം ഇനി ഒരുത്തനും ഒരു പെണ്ണിന്റെയും അടിവസ്ത്രം മോഷ്ടിക്കാൻ അനുവദിക്കില്ലെന്ന് ഉറപ്പിച്ച് ഷിബു രാത്രി സമയത്ത് കോൺസ്റ്റബിൾസിനെ വിട്ട് അന്വേഷണം നടത്തി നോക്കി. പക്ഷെ ആരെയും പിടി കിട്ടിയില്ല. പിന്നീട് കുറച്ചു രാത്രികളിൽ പോലീസുകാർ രഹസ്യമായി കള്ളനെ പിടിക്കാൻ ശ്രമം നടത്തി നോക്കി.

ചിന്നുവിനോട് അടിവസ്ത്രം പുറത്ത് ഇടാൻ ഷിബു പറഞ്ഞത് അനുസരിച്ച് അവൾ അയയിൽ തന്നെ ഇട്ടു. പക്ഷെ കള്ളൻ അപകടം മണത്തറിഞ്ഞെന്ന് തോന്നുന്നു.ആ വഴി വന്നതേ ഇല്ല.

ശങ്കരനെ സംശയമുണ്ടെന്ന് ചിന്നു സൂചിപ്പിച്ചത് കൊണ്ട് ഷിബു ശങ്കരനെ ചോദ്യം ചെയ്തു.

"അയ്യോ സാറെ സത്യമായിട്ടും ഞാനെടുത്തില്ല.ഒന്ന് രണ്ട് ദിവസം ഞാനത് വഴി നടന്നു പോയിട്ടുണ്ട് എന്നല്ലാതെ ഇതിൽ എനിക്ക് യാതൊരു പങ്കുമില്ല."

പെൺപിള്ളേരുള്ള വീടിന്റെ മുന്നിലൂടെ മേലാൽ നടക്കരുത് എന്ന് താക്കീത് നൽകി ഷിബു ശങ്കരനെ വിട്ടയച്ചു. അതിന് ശേഷം മിക്ക ദിവസവും രാത്രി പോലീസുകാർ

അവിടെയെല്ലാം ചുറ്റിക്കറങ്ങും. അങ്ങനെ ഇരിക്കെ ഒരു ദിവസം രാത്രി ചിന്നുവിന്റെ വീടിനു സമീപത്തുള്ള ഒരു പെൺകുട്ടിയുടെ വീട്ടിൽ നിന്ന് അടിവസ്ത്രവും മോഷ്ടിച്ച് കൊണ്ട് രക്ഷപെടാൻ നോക്കിയ ഒരു നാല്പതുകാരനെ പോലീസ് കൈയോടെ പൊക്കി.

സ്റ്റേഷനിൽ കൊണ്ട് പോയി അവനെ വിശദമായിട്ട് ചോദ്യം ചെയ്തു.

"നീയെന്താടാ വീട് മാറ്റി പിടിച്ചത്.മറ്റേ മണം മടുത്തിട്ടാണോ" ഷിബുവിന്റെ ചോദ്യത്തിന് മുന്നിൽ തൊഴു കൈയോടെ നിന്ന വിജയൻ എന്ന ആ നാല്പതുകാരന്റെ കൈകാൽ വിറക്കാൻ തുടങ്ങി.

"സാർ ഞാൻ ആദ്യമായിട്ടാണ്. അവിടെ സ്ഥിരം മോഷ്ടിക്കുന്ന ഒരാളുണ്ടെന്ന് അറിഞ്ഞത് കൊണ്ട് ഇതും അവന്റെ മണ്ടേൽ വരുമെന്ന് വിചാരിച്ച് ചെയ്തതാണ്"

"ഇതൊക്ക നമ്മൾ കുറേ കേട്ടതാ.നീ ഇതുവരെ എവിടുന്നൊക്ക എത്ര എണ്ണം കട്ടിട്ടുണ്ടെന്നു മണി മണിപോലെ പറയിക്കാൻ ഞങ്ങൾക്കറിയാം."

പോലീസുകാർ വിജയനെ ശെരിക്കും പെരുമാറി.ആദ്യമായി കിട്ടിയ പ്രതി ആയത് കൊണ്ട് കൈത്തരിപ്പ് മാറുന്നത് വരെ ഷിബു വിജയനെ തല്ലി. കണ്ട് നിന്ന വനിതാ പൊലീസിന് വരെ കൈതരിച്ചു.

സ്റ്റേഷനിലെ ഫോൺ റിംഗ് ചെയ്യുന്നത് കണ്ട ഷിബു ഇടി നിർത്തി കാൾ എടുത്തു. മറുവശത്തുള്ള ആൾ പറഞ്ഞത് കേട്ട് ഷിബു ഞെട്ടിപ്പോയി. ഷിബുവിന്റെ മുഖത്തെ ഞെട്ടൽ കണ്ട് കോൺസ്റ്റബിൾമാരും വനിതാ പോലീസും അമ്പരന്നു.കിട്ടിയ ഗ്യാപ്പിൽ വിജയൻ നടു നിവർത്തി.

അതൊരു കൊലപാതക വാർത്തയായിരുന്നു.സംഭവം നടന്നത് ചിന്നുവിന്റെ വീട്ടിലും .പോലീസുകാർ നേരെ സംഭവ സ്ഥലത്തേയ്ക്ക് വിട്ടു. പുറത്ത് നല്ല മഴ

പെയ്യുന്നുണ്ടായിരുന്നു.

ചിന്നുവിന്റെ വീട്ടിലെത്തിയ പോലീസുകാർ കണ്ടത് മുറ്റത്ത് മരിച്ച് കിടക്കുന്ന ഒരു ചെറുപ്പക്കാരനെയാണ്. മുപ്പത്തിയഞ്ച് വയസ്സ് പ്രായം തോന്നിക്കും.അവന്റെ മുഖത്ത് ഒരു ജെട്ടി പറ്റിപ്പിടിച്ച് ഇരിപ്പുണ്ട്. മഴ ആയത് കൊണ്ട് ഫോറൻസിക്കുകാർക്ക് വലിയ റോൾ ഉണ്ടാകില്ല. ഫോർമാലിറ്റീസ് എല്ലാം കഴിഞ്ഞ് ശവം പോസ്റ്റുമോർട്ടത്തിന് അയച്ചു.

പേടിച്ചു വിറച്ച് ചിന്നു വീടിന്റെ ഒരു മൂലയിൽ ഇരിക്കുന്നത് ഷിബു ശ്രദ്ധിച്ചു. ചിന്നുവിനെ ചോദ്യം ചെയ്തതിൽ നിന്നും അവന്റെ മുഖത്ത് ഇരുന്നത് ചിന്നുവിന്റെ ജെട്ടിയാണെന്ന് മനസ്സിലായി. മഴ പെയ്യുന്ന ശബ്ദം കേട്ട് പുറത്ത് കഴുകി ഇട്ടിരുന്ന വസ്ത്രങ്ങൾ എടുക്കാൻ വേണ്ടി പുറത്തിറങ്ങിയപ്പോഴാണ് മുറ്റത്ത് ഒരാൾ മരിച്ച് കിടക്കുന്നത് കണ്ടതെന്ന് ചിന്നു ഷിബുവിനോട് പറഞ്ഞു.

"അയ്യാളെ അറിയാമോ"

മുഖത്ത് ജെട്ടി ഉണ്ടായിരുന്നത് കൊണ്ട് ആദ്യം ആളെ മനസ്സിലായില്ലെങ്കിലും ജെട്ടി മാറ്റിയപ്പോൾ പരിചയമുള്ള മുഖം ആണതെന്നും ചിന്നു പറഞ്ഞു.

"കല്യാണത്തിന് കണ്ട പരിചയമുണ്ട്.ബിജു ചേട്ടന്റെ പരിചയത്തിൽ ഉള്ള ആരോ ആണ്"

"അവനെന്തിനാ ഈ രാത്രി ഇവിടെ വന്നത്. ഇനി അടിവസ്ത്രങ്ങൾ മോഷ്ടിച്ചിരുന്നത് ഇവനാണോ"ഷിബു സംശയം ചോദിച്ചു.

പേടിച്ചിട്ട് ചിന്നു കരയാൻ തുടങ്ങി.

പേടിച്ചിരിക്കുന്ന ചിന്നുവിനോട് ഇപ്പോൾ സംസാരിക്കുന്നത് ശെരിയല്ലെന്ന് ഷിബുവിന് തോന്നി. ചിന്നുവിനോട് പോയി ഉറങ്ങാൻ ഷിബു പറഞ്ഞു. കാര്യങ്ങൾ

പിന്നീട് വിശദമായി ചോദിച്ചറിയാം എന്ന് പറഞ്ഞ് പോലീസുകാർ അവിടെ നിന്ന് പോയി.

പോസ്റ്റ്മോർട്ടം റിപ്പോർട്ടിൽ കൊല്ലപ്പെട്ട ബൈജു എന്ന ആ ചെറുപ്പകാരന്റെ തലയ്ക്ക് ശക്തിയായി അടിയേറ്റിട്ടുണ്ട്. എന്നാൽ മരണകാരണം അതല്ല.മുഖത്ത് ജെട്ടി കൊണ്ട് അമർത്തി ശ്വാസം മുട്ടിച്ചാണ് കൊലപ്പെടുത്തിയിരിക്കുന്നത്.

ഷിബുവിന്റെ പോലീസ് ജീവിതത്തിനിടയിൽ ആദ്യമായാണ് ഇങ്ങനെ ഒരു കൊലപാതകം നടക്കുന്നത്. ജെട്ടി കൊണ്ട് ശ്വാസം മുട്ടിച്ച് കൊല്ലണം എങ്കിൽ ആള് നിസ്സാരക്കാരനായിരിക്കില്ല.അതൊരു പുരുഷനാകാനാണ് സാധ്യത. നല്ല ആരോഗ്യവാനായ കൈബലം ഉള്ള ഒരു ആണ്.

ബൈജുവിന്റെ വീട്ടിൽ അന്വേഷിച്ചപ്പോൾ അവന് ചിന്നുവിന്റെ വീടുമായി പ്രത്യേകിച്ച് അടുപ്പമൊന്നുമില്ല എന്ന് മനസ്സിലായി. ചിന്നുവിന്റെ ഭർത്താവ് ബിജുവിന്റെ കൂടെ പണ്ട് ഒരു വർക്ക് ഷോപ്പിൽ ജോലി ചെയ്തിരുന്നു എന്നല്ലാതെ ഇപ്പോൾ വലിയ അടുപ്പമൊന്നുമില്ല. രാത്രി അങ്ങോട്ട് പോയത് എന്തിനാണെന്ന് മാത്രം ബൈജുവിന്റെ വീട്ടുകാർക്ക് മനസ്സിലായില്ല.

"ബിജുവിന്റെ അമ്മ തങ്കമ്മ അത്ര നല്ല സ്ത്രീയൊന്നും അല്ലെന്നാണ് പറഞ്ഞ് കേട്ടിട്ടുള്ളത്. പക്ഷേ എന്റെ മോന് മോശപ്പെട്ട ഒരു സ്വഭാവവും ഉണ്ടായിരുന്നില്ല. ഇതിൽ എന്തോ ചതിയുണ്ട് സാറേ" ബൈജുവിന്റെ അച്ഛരൻ പോലീസുകാരോട് പറഞ്ഞു.

പോലേസുകാർ ബൈജുവിന്റെ മുറി പരിശോധിച്ചു. അവിടെ ചിന്നുവിന്റെ ജെട്ടിയോ മറ്റോ ഉണ്ടോ എന്ന് അറിയാനുള്ള അന്വേക്ഷണം കൂടിയായിരുന്നു അത്. മുറിയിലെ മേശയിൽ നിന്ന് പൊട്ടിച്ച ഒരു പാക്കറ്റ് കോണ്ടം പോലീസ് കണ്ടെടുത്തു. അവിവാഹിതനായ ബൈജുവിന്റെ മുറിയിൽ എങ്ങനെ കോണ്ടം വരാനാണ്. അപ്പോൾ

അതിലെന്തോ ഉണ്ടെന്ന് അവർക്ക് ബോധ്യമായി.

ബൈജുവിന്റെ കാൾ ലിസ്റ്റ് എടുത്ത് നോക്കിയപ്പോൾ ചിന്നുവിന്റെ മൊബൈലിൽ അഞ്ചിൽ കൂടുതൽ തവണ വിളിച്ചിട്ടുള്ളതായി തെളിഞ്ഞു. ചിന്നു പറഞ്ഞതിൽ കള്ളമുണ്ടെന്നും ചിന്നുവിന് ബൈജുവിനെ അറിയാമെന്നും അവർ തമ്മിൽ എന്തോ ബന്ധം ഉണ്ടെന്നും ഷിബുവിന് ബോധ്യമായി. ചിന്നുവിനെ കാണാൻ വേണ്ടി തന്നെയാവണം ബൈജു അന്നവിടെ ചെന്നത്. പക്ഷേ എന്തിനാകും അവനെ കൊലപ്പെടുത്തിയത് എന്ന് മനസ്സിലാകുന്നില്ല. കൊലപ്പെടുത്തിയത് ചിന്നു ആണെന്ന് ഉറപ്പിക്കാനും പറ്റില്ല.

ഷിബു ചിന്നുവിനെ ചോദ്യം ചെയ്യാൻ തീരുമാനിച്ചു. അവളെ സ്റ്റേഷനിലേയ്ക്ക് വിളിപ്പിച്ചു.

"ചിന്നുവിനെ ബൈജു മൊബൈലിൽ ബന്ധപ്പെട്ടിട്ടുള്ളതിന്റെ ഡീറ്റെയിൽസ് ഞങ്ങളുടെ പക്കലുണ്ട്. അതുകൊണ്ട് ഇനി കള്ളം പറയാൻ നിൽക്കരുത്. നിങ്ങൾ തമ്മിൽ എന്തായിരുന്നു ബന്ധം. ശെരിക്കും എന്താ സംഭവിച്ചത്. എല്ലാം വിശദമായിട്ട് തുറന്ന് പറ"

ഇനി ഒന്നും ഒളിച്ചു വച്ചിട്ട് കാര്യമില്ലെന്ന് ചിന്നുവിന് മനസ്സിലായി.

"ചേട്ടൻ ഗൾഫിൽ പോയതിനു ശേഷം രാത്രി വീഡിയോ കാൾ ചെയ്യാറുണ്ടായിരുന്നു. ഒരു ദിവസം എന്നോട് കുറച്ചു ഹോട്ടായിട്ടുള്ള ഫോട്ടോസ് അയച്ചു കൊടുക്കാൻ പറഞ്ഞു. ഞാൻ പറ്റില്ലെന്ന് പറഞ്ഞപ്പോൾ ദേഷ്യപ്പെട്ടു.ഞാൻ അയക്കാം എന്ന് സമ്മതിച്ചു. എനിക്ക് അതൊക്കെ പേടിയായിരുന്നു. ഇഷ്ടവും അല്ലായിരുന്നു.എന്നിട്ടും ഞാൻ ചേട്ടൻ പറഞ്ഞത് പോലെ ഉള്ള ഫോട്ടോസ് എടുത്തു. പക്ഷെ അപ്പോളത്തെ മാനസികാവസ്ഥയിൽ എനിക്ക് പറ്റിയ ഒരശ്രദ്ധ കാരണം ബിജു ചേട്ടന് അയച്ചത് മാറി ബൈജു എന്ന ആൾക്കാണ് സെന്റ് ആയത്.ബിജു ചേട്ടൻ ഉപയോഗിച്ചിരുന്ന

മൊബൈൽ ആയിരുന്നു അത്. ഗൾഫിൽ പോയപ്പോൾ എനിക്ക് തന്നതാണ്.മെസേജ് മാറി സെന്റ് ആയത് ഞാനപ്പോൾ ശ്രദ്ധിച്ചില്ല. എന്റെ നമ്പറിലേയ്ക്ക് ബൈജുവിന്റെ കാൾ വന്നപ്പോളാണ് അബദ്ധം പറ്റിയ കാര്യം ഞാനറിഞ്ഞത്. അറിയാതെ സംഭവിച്ചതാണെന്നും അത് ഡിലീറ്റ് ചെയ്യണമെന്നും കരഞ്ഞു പറഞ്ഞിട്ടും അയ്യാൾ കേട്ടില്ല. ആ ഫോട്ടോ വെച്ച് അയാളെന്നെ ബ്ലാക്ക് മെയിൽ ചെയ്യാൻ തുടങ്ങി. ഫോട്ടോ മറ്റാരും കാണാതിരിക്കണം എങ്കിൽ ഒരു രാത്രി വീട്ടിൽ വരുമെന്നും അയാളുടെ ഇഷ്ടത്തിന് വഴങ്ങിക്കൊടുക്കണം എന്നും പറഞ്ഞു. ഇല്ലെങ്കിൽ എന്റെ ഭർത്താവിനോട് ഈ ഫോട്ടോ ഞാൻ അയാൾക്ക് ഇഷ്ടപ്രകാരം അയച്ചു കൊടുത്തതാണെന്ന് പറയുമെന്നും പറഞ്ഞു ഭീക്ഷണിപ്പെടുത്തി. ബിജു ചേട്ടൻ ആളൊരു ദേഷ്യക്കാരനാണ് എന്തെങ്കിലും കേട്ടാൽ മതി അതും വിശ്വസിച്ച് പിന്നെ എന്താ ഉണ്ടാകുന്നതെന്ന് പറയാൻ പറ്റില്ല. ഫോട്ടോസ് എല്ലാരേയും കാണിക്കുമെന്ന് പറഞ്ഞു കൊണ്ടുള്ള നിരന്തര ഭീക്ഷണി കാരണം അയ്യാളുടെ ഇഷ്ടത്തിന് വഴങ്ങിക്കൊടുക്കേണ്ടി വന്നു. ഫോട്ടോസ് എല്ലാം അന്ന് തന്നെ ഡിലീറ്റ് ചെയ്യാം എന്നാണ് അയ്യാൾ പറഞ്ഞത്. പക്ഷേ അയ്യാൾ അത് ചെയ്തില്ല.പിന്നെയും അയ്യാൾ അതേ ആവശ്യം പറഞ്ഞു. ഭീക്ഷണിയുടെ സ്വരം ഉയർന്നപ്പോൾ ഞാൻ വീണ്ടും സമ്മതിച്ചു. മൂന്ന് വട്ടം രാത്രി ആരും അറിയാതെ അയ്യാൾ വീട്ടിൽ വന്ന് പോയി. ഒടുവിൽ ഞാൻ ആത്മഹത്യ ചെയ്യുമെന്ന് പറഞ്ഞു കരഞ്ഞു കാലുപിടിച്ചപ്പോൾ എന്റെ മുന്നിൽ വച്ചു തന്നെ എല്ലാം ഡിലീറ്റ് ചെയ്യാം എന്ന് പറഞ്ഞ് അവസാനമായി ഒന്ന് കൂടി കാണണം എന്ന് പറഞ്ഞാണ് അന്ന് രാത്രി അയ്യാൾ വന്നത്. പക്ഷേ ഞാൻ വാതിൽ തുറന്ന് നോക്കിയപ്പോൾ പുറത്ത് അയ്യാൾ മരിച്ച് കിടക്കുന്നതാണ് കണ്ടത്." പറഞ്ഞു കഴിഞ്ഞ്

ചിന്നു പൊട്ടിക്കരഞ്ഞു.

വനിതാ കോൺസ്റ്റബിൾ ചിന്നുവിനെ സമാധാനിപിച്ച ശേഷം കുടിക്കാൻ വെള്ളം കൊടുത്തു.

"അപ്പോൾ ഇക്കാര്യം ചിന്നുവിന്റെ ഭർത്താവിന് അറിയില്ലായിരുന്നു അല്ലേ?" ഷിബു ചിന്നുവിനോട് ചോദിച്ചു

"ഇല്ല"

"മറ്റാരോടെങ്കിലും പറഞ്ഞിട്ടുണ്ടോ"?

ഇല്ലെന്ന അർത്ഥത്തിൽ ചിന്നു തലയാട്ടി.

"ചിന്നു ഞാനൊരു സംശയം പറയട്ടെ. അന്ന് രാത്രി ബൈജു അവിടെ വന്നു. എന്നത്തേയും പോലെ കാര്യം കഴിഞ്ഞു. പക്ഷെ ഫോട്ടോസ് ഡിലീറ്റ് ചെയ്യാൻ അവൻ കൂട്ടാക്കിയില്ല. പുറത്തേക്ക് ഇറങ്ങി പോയ ബൈജുവിനെ മറ്റ് മാർഗ്ഗമൊന്നും ഇല്ലാതെ വന്നപ്പോൾ ചിന്നു തലക്കടിച്ചു വീഴ്ത്തിയ ശേഷം ശ്വാസം മുട്ടിച്ചു കൊലപ്പെടുത്തി." ഷിബു സംശയം പറഞ്ഞു.

"സാർ അതിനുള്ള ധൈര്യം ഉണ്ടായിരുന്നെങ്കിൽ എന്റെ മാനം പോകുന്നതിനു മുൻപേ അവനെ ഞാൻ കൊന്നേനെ."

ചിന്നുവിനെ പൂർണ്ണമായും വിശ്വസിക്കാൻ ഷിബു തയ്യാറായില്ല. അവളുടെ മൊഴി രേഖപ്പെടുത്തിയ ശേഷം ആവശ്യം വന്നാൽ വിളിക്കും എന്ന് പറഞ്ഞ് വിട്ടയച്ചു.

ഷിബു തലപുകഞ്ഞു ആലോചിച്ചു.ബൈജുവിന്റെ തലക്കടിച്ച വടി അവിടെ നിന്നും കണ്ടെത്താനായില്ല.തലക്കടിച്ചയാൾ വടി എന്തിന് മാറ്റണം. വിരലടയാളം കണ്ടു പിടിക്കാതിരിക്കാൻ ആണെങ്കിൽ ശ്വാസം മുട്ടിച്ച് കൊല്ലാൻ ഉപയോഗിച്ച ജെട്ടിയും മാറ്റണേ. ഒരു പക്ഷേ വടി ഇനി കൊലയാളി കരുതിക്കൂട്ടി കൊണ്ട് വന്നതാകുമോ? ബൈജു അന്നവിടെ വരുമെന്ന് ഉറപ്പുള്ള ആരെങ്കിലും അങ്ങനെ ചെയ്തതാണെങ്കിൽ? നിരവധി സംശയങ്ങൾ ഷിബുവിന്റെ മനസ്സിലൂടെ കടന്ന് പോയി.അങ്ങനെ പുറത്ത്

നിന്ന് ഒരു കൊലയാളി ഉണ്ടെങ്കിൽ അയാൾക്ക് ആ വീടുമായോ ചിന്നുവുമായോ എന്തെങ്കിലും അടുപ്പം ഉണ്ടാകണം. അതല്ലെങ്കിൽ ബൈജുവിനോട് ശത്രുതയുള്ള ആരെങ്കിലും ആവണം.ബൈജുവിനെ പിന്തുടർന്ന് അവിടെ എത്തിയതുമാകാം.

ചിന്നു അവൾക്ക് വേണ്ടപ്പെട്ട ആരെക്കൊണ്ടെങ്കിലും ബൈജുവിന് കൊട്ടേഷൻ കൊടുത്തത് ആകുമോ. അവൾ ആരോടും പറയാതെ രഹസ്യമാക്കി വച്ചു എന്ന് വിശ്വസിക്കാൻ ഷിബുവിന് പ്രയാസം ഉണ്ടായിരുന്നു. കൊലപ്പെടുത്താൻ വേണ്ടി മനപ്പൂർവം വിളിച്ചു വരുത്തിയതും ആകാം. എന്നിട്ട് ഒന്നും അറിയാത്തത് പോലെ നടിക്കുന്നതാണെങ്കിൽ.പെണ്ണിനെ നമ്പാൻ കൊള്ളില്ല ഉമ്പിക്കും. അവൾ പറഞ്ഞ കഥ പൂർണ്ണമായും വിശ്വസിക്കാനും സാധിക്കുന്നില്ല. കാരണം ബൈജുവിന്റെ മൊബൈൽ പരിശോധിച്ചപ്പോൾ ചിന്നുവിന്റെ ഫോട്ടോസ് ഒന്നും അതിൽ കണ്ടെത്താനായില്ല. ഇനി അവൾ പറഞ്ഞത് സത്യമാണെങ്കിൽ ഫോട്ടോസ് ഒരുപക്ഷെ അവൻ നേരത്തേ തന്നെ ഡിലീറ്റ് ചെയ്തിട്ടുണ്ടാകാം. അതല്ലെങ്കിൽ മെമ്മറി കാർഡിലേയ്ക്ക് മാറ്റി മറ്റെവിടെയെങ്കിലും സൂക്ഷിക്കുന്നുണ്ടാകാം.

വീട്ടിൽ നിന്ന് കോണ്ടത്തിന്റെ പൊട്ടിച്ച പാക്കറ്റ് കിട്ടിയ സ്ഥിതിക്ക് പണി ഉണ്ടായിരുന്നു എന്ന കാര്യം ഉറപ്പാണ്. അതും കവറിൽ നിന്നും നാലെണ്ണത്തിന്റെ കുറവുണ്ട്.ഒരെണ്ണം ബൈജുവിന്റെ പാന്റിന്റെ പോക്കറ്റിൽ നിന്നും കിട്ടുകയും ചെയ്തു. അപ്പോൾ നാലാം ദിവസം അതായത് ബൈജു കൊല്ലപ്പെട്ട ദിവസം അവർ ബന്ധപ്പെട്ടിട്ടില്ല. അതിന് മുൻപ് തന്നെ കൊല നടന്നു. ബന്ധപ്പെടലിന്റെ കാര്യത്തിൽ അവൾ പറഞ്ഞ കണക്കുകൾ കൃത്യമാണെന്ന് കോണ്ടത്തിന്റെ

പാക്കറ്റിൽ നിന്ന് വ്യക്തമാണ്. കോണ്ടം ഉപയോഗിക്കാതെ ബന്ധപ്പെടാൻ സാധ്യതയില്ല. രണ്ടു പേരും അങ്ങനെ ഒരു റിസ്കിന് എന്തായാലും മുതിരില്ല.

എസ്.ഐ.ഷിബുവിന് ഉറക്കം നഷ്ടപ്പെട്ടെന്ന് പറഞ്ഞാൽ മതിയല്ലോ.ആദ്യമായി കിട്ടിയ കേസാണ്. ഇത് എത്രയും പെട്ടെന്ന് തെളിയിക്കേണ്ടത് തന്റെ അഭിമാനത്തിന്റെ പ്രശ്നമാണ്. എന്നാൽ ഷിബുവിനെ ഭാഗ്യം തുണച്ചു എന്ന് വേണം പറയാൻ. ഭാഗ്യമല്ല ശെരിക്കും ജെട്ടിയാണ് തുണച്ചത്. മഴ കാരണം ഫോറെൻസിക്കിന് വലിയ റോൾ കാണില്ലെന്ന് കരുതിയത് മണ്ടത്തരമായി എന്ന് തോന്നിപ്പിക്കും വിധമായിരുന്നു ഫോറെൻസിക്കിൽ നിന്നും ഡോക്ടർ. നിസാറിന്റെ ഫോൺ കാൾ.വിരലടയാളം മഴ കൊണ്ട് പോയെങ്കിലും ജെട്ടിയിൽ പറ്റിപ്പിടിച്ചിരുന്ന ഒരു തലമുടി കൊലയാളിയിലേക്കുള്ള വഴിത്തിരിവായി. ആ തലമുടി പരിശോധിച്ചതിൽ നിന്നും ഫോറൻസിക്ക് ശേഖരിച്ച വിവരങ്ങൾ അവർ ഷിബുവിന് കൈമാറി. സാങ്കേതിക വിദ്യ ഇത്രയേറെ പുരോഗമിച്ച ഈ കാലഘട്ടത്തിൽ ഒരു കൊലയാളിയെ കണ്ടെത്താൻ അയ്യാളുടെ ഒരു മുടിയോ വിയർപ്പുതുള്ളിയോ ധാരാളം മതി. കിട്ടിയ വിവരങ്ങളുടെ അടിസ്ഥാനത്തിൽ സംശയത്തോടെയും അതിലുപരി അമ്പരപ്പോടെയും ഷിബുവും കോൺസ്റ്റബിൾസും ചിന്നുവിന്റെ വീട്ടിലേയ്ക്ക് പോയി.

ഇത്തവണ പോലീസുകാർ ആദ്യം ചെന്നത് തങ്കമ്മയുടെ അടുത്താണ്. ഷിബുവിന്റെ നോട്ടത്തിൽ നിന്ന് തന്നെ തങ്കമ്മക്ക് കാര്യം മനസ്സിലായി.

"ഞാൻ തന്നെയാ സാറേ കൊന്നത്. ആ നായിന്റ മോൻ ഇവളെ ദ്രോഹിക്കുന്നുണ്ടെന്ന് അന്ന് ഇവനോട് ഫോണിൽ സംസാരിച്ചു കൊണ്ട് കരയുന്നത് കേട്ടപ്പോൾ എനിക്ക് മനസ്സിലായി. എല്ലാം ഞാൻ മറഞ്ഞു നിന്ന് കേട്ടു. എന്റെ മോൻ

ഇത് അറിഞ്ഞാൽ അവന് സഹിക്കാൻ പറ്റില്ല. അത് കൊണ്ട് അന്ന് രാത്രി ആ പിഴച്ചൻ ഇവിടെ വരുമെന്ന് അറിഞ്ഞു ഞാൻ അവനെ കൊല്ലാൻ തന്നെ തീരുമാനിച്ചു"

തങ്കമ്മ പറഞ്ഞത് കേട്ട് ചിന്നു ഞെട്ടിപ്പോയി.

നടന്ന സംഭവങ്ങൾ തങ്കമ്മ പോലീസിനോട് തുറന്ന് പറഞ്ഞു.

അന്ന് രാത്രി ബൈജു വീട്ടിലെത്തിയപ്പോൾ മറഞ്ഞിരുന്ന തങ്കമ്മ അവന്റെ തലക്കടിച്ചു വീഴ്ത്തി.മറിഞ്ഞു വീഴുന്നതിനിടയിൽ അയയിൽ കൈതട്ടി കഴുകി ഇട്ടിരുന്നു ജെട്ടി നിലത്തു വീണു. വേദന കൊണ്ട് പിടഞ്ഞു നിലത്തു വീണ ബൈജുവിന്റെ ദേഹത്തു കയറിയിരുന്നു കൊണ്ട് തങ്കമ്മ നിലത്തു കിടന്ന ജട്ടിയെടുത്തു അവന്റെ മുഖത്ത് അമർത്തി ശ്വാസം മുട്ടിച്ചു. ഭർത്താവ് ഉപേക്ഷിച്ച ശേഷം ചൂളയിൽ കല്ല് ചുമന്നും മറ്റും നല്ല കൈത്തഴമ്പും ആരോഗ്യവുമുള്ള തങ്കമ്മയെ തട്ടിമാറ്റാൻ പാതി ബോധത്തിലുള്ള ബൈജുവിന് കഴിഞ്ഞില്ല. അതിനിടയിൽ ജെട്ടിയിൽ തങ്കമ്മയുടെ തലമുടി കുടുങ്ങുകയും ചെയ്തു. ബൈജു മരിച്ചെന്നു ഉറപ്പായപ്പോൾ തങ്കമ്മ വെപ്രാളത്തിൽ എഴുന്നേറ്റ് തലക്കടിക്കാൻ ഉപയോഗിച്ച വടിയുമായി വീട്ടിലേയ്ക്ക് കയറിപ്പോയി.ആ വടി പിറ്റേന്ന് അടുപ്പിൽ വച്ചു കത്തിക്കുകയും ചെയ്തു. വിരലടയാളത്തെ പറ്റിയൊന്നും ചിന്തിക്കാനുള്ള വിവരവും വിദ്യാഭ്യാസവും ഒന്നും തങ്കമക്ക് ഉണ്ടായിരുന്നില്ല. ആ മുടി ഇല്ലായിരുന്നെങ്കിൽ ഇത്രപെട്ടെന്ന് പോലീസുകാർ തങ്കമ്മയിലേക്ക് എത്തില്ലായിരുന്നു. നടന്ന സംഭവം പറഞ്ഞു കഴിഞ്ഞു തങ്കമ്മ പൊട്ടിക്കരഞ്ഞു.

"വേറെ വഴി ഇല്ലാതെ ചെയ്ത് പോയതാണ് സാറേ. എന്റെ ജീവിതമോ ഇങ്ങനെ ആയി. എന്റെ മോന്റെ ജീവിതമെങ്കിലും നന്നായി കാണാനുള്ള കൊതി ഉണ്ടായിരുന്നു. ഇനി ഇപ്പോൾ ഞാൻ ജയിലിലായാൽ ഇവളിവിടെ ഒറ്റക്കാകും. എന്റെ മോൻ

എല്ലാം അറിയും. ഇവളുടെ ജീവിതം ഇനി എന്തായിത്തീരും എന്ന് ഒരു എത്തുംപിടിയും ഇല്ല. ഈ ലോകം എന്താ സാറന്മാരെ ഇങ്ങനെ.ഞങ്ങൾ പെണ്ണുങ്ങൾക്ക് ഇവിടെ ജീവിക്കണ്ടേ."

തങ്കമ്മ പൊട്ടി കരഞ്ഞു.ആദ്യമായാണ് തങ്കമ്മ കരയുന്നത് ചിന്നു കാണുന്നത്.

ചിന്നു ഓടിച്ചെന്നു തങ്കമ്മയെ കെട്ടിപ്പുടിച്ചു.അവളും കരഞ്ഞു പോയി.

"സാറേ ഈ കുറ്റം ഞാൻ ഏറ്റെടുത്തോളാം സാറേ. ഞാൻ കാരണമല്ലേ എല്ലാം ഉണ്ടായത്. എന്റെ അശ്രദ്ധ അല്ലേ എല്ലാത്തിനും കാരണം. ഇതിന്റെ ശിക്ഷ ഞാൻ അനുഭവിച്ചു കൊള്ളാം."ചിന്നു അപേക്ഷിച്ചു.

പക്ഷേ അവരെ കുറിച്ചോർത്തപ്പോൾ ന്യായം അവരുടെ ഭാഗത്താണെന്ന് മനസ്സിലാക്കിയപ്പോൾ ജീവിതത്തിൽ ആദ്യമായി ഷിബു ഒരു വിട്ട് വീഴ്ച്ചക്ക് തയ്യാറായി.

എത്രയോ കേസുകൾ തെളിയാതെ പോകുന്നു. എത്രയോ കേസുകൾ കൈക്കൂലി വാങ്ങി പല പോലീസുകാരും ഒതുക്കി തീർക്കുന്നു. തെളിവുകൾ ഇല്ലാത്തതിന്റെ എത്രയോ കുറ്റവാളികളെ കോടതി വെറുതേ വിടുന്നു. പുതിയ സ്റ്റേഷനിൽ ആദ്യമായി കിട്ടിയ കേസാണെങ്കിലും ഇത് തെളിയാതെ ഇരിക്കുന്നതിലാണ് യഥാർത്ഥ നീതി എന്ന് ഷിബുവിന്റെ മനസ്സ് പറഞ്ഞു. ഷിബുവിനോടൊപ്പം കോൺസ്റ്റബിൾസും നിന്നു.മനസാക്ഷി ഇല്ലാത്തവരൊന്നും അല്ലല്ലോ പോലീസുകാർ.അവർക്കും ഉണ്ടല്ലോ കുടുംബം.

അയയിൽ കഴുകി ഇട്ടിരുന്ന ജട്ടി ചിന്നുവിന്റേത് അല്ല അത് തങ്കമ്മയുടേതാണ്. തുണി കഴുകിയപ്പോൾ അതിൽ മുടി കുടുങ്ങിയതാണ്. ആ ജെട്ടിയാണ് കൊലയാളി ആരായാലും അയ്യാൾ ബൈജുവിനെ കൊല്ലാൻ ഉപയോഗിച്ചത്. ഇങ്ങനെ

എഫ്.ഐ.ആർ എഴുതി കേസ് ക്ലോസ് ചെയ്യാൻ ഷിബു തീരുമാനിച്ചു. ജെട്ടിയുടെ ഉടമസ്ഥാവകാശം സ്ഥിതീകരിക്കാനൊന്നും കോടതി മിനക്കെടില്ല.ഒ രിക്കലും ഒന്നും ചിന്നുവിന്റെ ഭർത്താവ് ബിജു അറിയാനും പോകുന്നില്ല. അവന്റെ വീട്ടു പരിസരത്ത് വച്ചു ബൈജു എങ്ങനെയോ കൊല്ലപ്പെട്ടു എന്ന് മാത്രമാകും അവനറിയാൻ പോകുന്നത്. കഴിഞ്ഞതെല്ലാം മറന്ന് കൂടുതൽ സ്നേഹത്തോടെ ചിന്നുവും തങ്കമ്മയും ജീവിക്കാൻ തുടങ്ങി.

പോലീസ് സ്റ്റേഷനിൽ പിന്നീട് നിരവധി കേസുകൾ വന്നു തെളിയുകയും ചെയ്തു. എന്നിട്ടും ഇപ്പോളും ചിന്നുവിന്റെ അടിവസ്ത്രം മോഷ്ടിച്ചവൻ മാത്രം അജ്ഞാതനായി തുടരുന്നു.

പെൺകുട്ടികൾക്ക് പലപ്പോഴും പരിചയക്കുറവ് കൊണ്ട് പല അബദ്ധങ്ങളും പറ്റാറുണ്ട്. അത് പിന്നെ വലിയ കുഴപ്പങ്ങളിലേയ്ക്ക് കൊണ്ടെത്തിക്കും. യഥാർത്ഥ ജീവിത സാഹചര്യങ്ങളിലൂടെ കടന്നു പോകുന്ന ഈ കഥകൾ പുതു തലമുറക്ക് ഒരു മുന്നറിയിപ്പ് കൂടിയാണ്. പ്രായം ചെല്ലുന്ന മനുഷ്യരിലും ഉറങ്ങിക്കിടക്കുന്ന കാമത്തെയും ചെറുപ്പക്കാർ ചെയ്തു കൂട്ടുന്ന കൊള്ളരുതായ്മയേയും ആണ് ഈ കഥയിലൂടെ ചൂണ്ടിക്കാട്ടിയത്.

www.ingramcontent.com/pod-product-compliance
Lightning Source LLC
Chambersburg PA
CBHW061402160726
47995CB00001B/431